ESSENTIAL
Vietnamese
Grammar

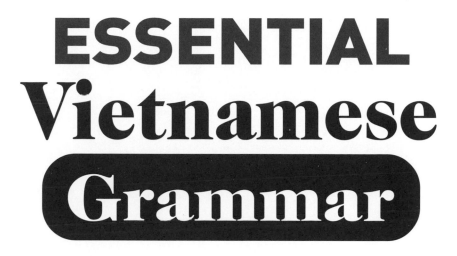

ESSENTIAL
Vietnamese
Grammar

SPEAK AND WRITE VIETNAMESE LIKE A NATIVE!

TRI C. TRAN, PhD
University of California, Irvine

Illustrated by Nguyen Thi Hop & Nguyen Dong

TUTTLE Publishing
Tokyo | Rutland, Vermont | Singapore

With heart-felt and special thanks to:

Nguyễn Thị Hợp & Nguyễn Đồng (Artists)
Nga B. Nguyen & Jeffrey Rocero (Voice Talents)

Contents

Introduction

The Vietnamese Language

The name of the language is based on what the country was officially called in the beginning of the 19th century, after many changes of names dating back to the 3rd century in history. Genetically, Vietnamese is an Austroasiatic language closely related to the Muong language. Together, the two languages form the Viet-Muong language group. Vietnamese was first spoken in the northern parts of the country, then went further and further south, along with the geographic expansion of its speakers, who established new territories of what are now the central and southern regions of Vietnam.

Vietnamese is oftentimes unfairly characterized as a *monosyllabic language*. While it is true that there are a lot of monosyllabic words in the language, there also exist many other words that are disyllabic (containing two syllables) and a significant number of words having three or more syllables (often as a result of reduplication). The first writing system of Vietnamese was **Chữ Nôm** "the Southern Script" (from 15th century to 19th century), based on Chinese characters, where each "character," meaningful or meaningless, stands alone as an independent unit. When the Roman alphabet was adapted to create a new writing system for Vietnamese (called **chữ Quốc Ngữ** "The National Language Script," from 19th century to present), each Nôm character was transliterated into a unit containing alphabetical letters (with its pronunciation and meaning unchanged). Thus, a "word" like **thiết tha** "earnest" is written as two separate "units" or "syllables" (each of which, though derived from Chinese, is meaningless to the Vietnamese speaker). The space between **thiết** and **tha** gives the reader the impression that they "see" two words instead of one. This is because **thiết tha** were respectively transliterated from *chữ Nôm's* 切磋, where there is a space between two "characters" that form one single "word".

Modern Vietnamese does not have *consonant clusters* (even when there are two or three letters together, there is only one consonant sound pronounced (**tr**ong "inside," **ngh**e "to hear"). Many consonants only appear in the beginning of words but not in the end. While **n** can appear in both positions (**nên** "should"), a consonant like **l** is found only in the initial position (**l**á "leaf," **l**an "orchid"), but never at the end of any word. On the other hand, the rich vowels in the language, when combined, bring about many *diphthongs* (**mua** "to buy," **mau** "quick," **chai** "bottle," ch**ia** "to divide") and *triphthongs* (t**ươi** "fresh," ng**uyê**n "whole," kh**oai** "potato").

Vietnamese is a tonal language, but in spelling only five of the six tones are represented by diacritics (the sixth one, sounding rather "neutral," does not have a diacritic to represent it). In addition to tone diacritics, there also are three diacritics that help distinguish some vowels in spelling. Because of this, there are words that bear both a *tone diacritic* and a *vowel diacritic*, possibly making them look "complicated" for learners at first sight. For example, in the word **số** "number," the *circumflex* over the "o" gives the letter the pronunciation roughly equivalent to "oh," while the *acute accent mark* to the right of the circumflex gives the whole word a high tone. In the noun **lẵng** "basket," the *breve* over the "a" indicates a brief pronunciation of the vowel, and the *tilde* over the breve gives the whole word the high-rising-glottalized tone.

Words in Vietnamese do not "inflect," meaning they do not change in forms to show grammatical information such as number (singular/plural), gender (masculine/feminine), tense (past/present/future), etc. Instead, the language relies on word order and the use of other kinds of words (prepositions, adverbs or particles) to express those grammatical features. In a sentence like **Hôm qua nhiều người đi làm trễ** "Many came to work late yesterday," the adverb **hôm qua** "yesterday" indicates that the verb **đi làm** "to go to work" is expressed in the past tense, and the adjective **nhiều** "many" shows that the noun **người** "person" is used in the plural sense.

In Vietnamese a considerable number of words are derived from Chinese. These words are called "Sino-Vietnamese," which add richness, beauty and nuances to the language that already has a rich vocabulary of its own. To illustrate this, take **hạnh phúc** for example. This is a Sino-Vietnamese word that means "happy" or "happiness" in an abstract sense (**hạnh phúc trong hôn nhân** "*happiness in a marriage*"), while its Vietnamese counterpart **vui (vẻ)** refers either to a delight felt momentarily (**Tôi vui quá!** "*I'm so happy!*") or to the cheerful characteristic of a person in general (**Cô ấy là một người vui vẻ** "*She is a happy person*").

With the French present in the country for a hundred years, Vietnamese has integrated into its vocabulary hundreds of French words which are modified in terms of pronunciation (with tones added), spelling and even meaning. The French noun "*salade*" ("salad") became the Vietnamese version **xà-lách**, which now means "lettuce." The noun "*porte-bagages*" ("roof rack" or "pannier rack") became **poọc-ba-ga** and refers to a rack in the back of a bicycle. Some French words even have one more version in Vietnamese, each having its own meaning. The word "*crème*" ("cream") became **cà-rem** and means "ice cream bar," while the other version of it is **kem**, which means either "ice cream" (in a cup or cone) or "lotion."

Due to its lengthy geographical setting, Vietnam has many regional dialects. It is common to hear that Vietnamese is divided into three dialects: the northern, the central and the southern. In fact, a more detailed division would yield no less than eight dialect groups, each different from the others in several aspects: pronunciation (including differences in tones), meaning, vocabulary (including word usage). The noun **răng** "tooth" is pronounced [*zăng*] in most northern dialects, [*zhăng*] in the northern areas of the Central, [*răng*] in the southern parts of the Central, and [*yăng*] or even [*găng*] in the Southwest. Vocabulary-wise, a bowl is **bát** in Hanoi (northern), **đọi** in Hue (central) and **chén** in Saigon (southern). To ask a young lady where she is going, a speaker in Hanoi says, "**Cô đi đâu thế?**," a speaker in Hue says, "**O đi mô rứa?**," and a speaker in Saigon says, "**Cô đi đâu vậy?**," each with a quite distinct "accent."

Despite all the dialectal differences, the Vietnamese language is nicely unified by its consistent grammar and orthography, which strongly encourages those who are interested in learning one of the most spoken languages in the world (by almost 100 million speakers in Vietnam and approximately an additional 5 million living abroad).

About This Book

As its title indicates, this book provides the beginning learner with fundamental information about the grammar of the Vietnamese language. The term "grammar" has long been thought of as something didactic and rigorous, thus turning many potential learners away from "grammar books". It is one of the purposes of this book to prove that "grammar" is simply how speakers of a language speak, write and use it in everyday life. For that purpose, this book is presented in the simplest, clearest and most straightforward manner possible. Grammatical terms are chosen from the ones that are most common and easiest to understand. They are clearly defined, explained and accompanied by examples. Each grammatical concept is illustrated with words, phrases or sentences that are practical and relevant, given that the book is conceptualized within the communicative approach.

The book is organized into twelve chapters, gradually and logically developed from the most fundamental information to the more expanded details of the language, starting with the alphabet, the pronunciation guide, the spelling system, the different parts of speech and ending with the most common idiomatic constructions of Vietnamese. Most words, phrases and sentences are accompanied by guiding pronunciations, which go hand in hand with audio recordings by native voice talents, available online as a valuable tool for the learning process.

Each chapter's material is followed up with a set of practice exercises based on the grammatical points discussed throughout the chapter. The exercises come in different formats: Fill-in-the-blanks, sentence building, sentence matching, sentence rewriting, vocabulary usage, etc. The learner can challenge themselves by working on those exercises first, then checking them against the answer key at the end of the book for self-learning purposes.

Wrapping up a chapter is a section of topical vocabulary. The most common words related to the topic, used in examples throughout the chapter, are carefully chosen to appear in this section. The words are alphabetically organized into the following selected parts of speech: nouns, adjectives, verbs and prepositions.

No living language exists without a culture behind it, for language itself is nothing short of a cultural manifestation. It is for that reason that each chapter of the book is tied to a cultural topic. The learner, therefore, will not only learn how to speak and write Vietnamese, but also have a glimpse into the life of the people who speak it. Going beyond just a language textbook, *Essential Vietnamese Grammar* is also an introduction to Vietnam and its people. The learner will go on a pleasant journey, learning about Vietnam's land, history, cultural practices, life in different regions and the philosophies of its people, shown through a proverb or folk verses at the end of each chapter.

The cultural aspect, however, could not be fully appreciated without the beautiful illustrations that grace the chapters of the book. Each chapter opens with an illustration that introduces the cultural topic. In the body of the chapter there is a second illustration based on one of the cultural traits presented in an example. Finally, a third illustration accompanies a proverb or a pair of folk verses, adding a nice visual effect to the philosophical message selected from the precious treasure of Vietnamese oral tradition. Each illustration is captioned with specific information that helps the learner understand more about the cultural image it introduces.

It is the author's hope that the learner finds this book to be a helpful tool for learning the language and culture of Vietnam, to be able to use Vietnamese for daily communication or enjoyment of various aspects such as arts, literature, history and more. With a decent knowledge of Vietnamese and the culture behind it, the learner can come to a better understanding and appreciation of the people who speak and live this rich and beautiful language every day.

Tri C. Tran, PhD
Winter 2023

The Vietnamese Alphabet
Bảng Chữ Cái Tiếng Việt

Geography – *Địa lý*

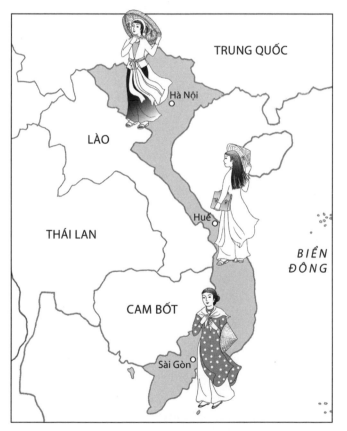

Vietnam has three regions: the North, the Central and the South,
each having a large city, Hanoi, Hue and Saigon, respectively.

Known in Vietnamese as ***Chữ Quốc Ngữ*** "the National Language Script," the current Vietnamese writing system uses the Roman alphabet and was developed in the beginning of the 17th century. This was a collaboration among Jesuit missionaries who hailed from Portugal, Italy and France. Due to the linguistic backgrounds of the people who created it, this alphabet bears several orthographical similarities with the alphabets on which it was based: those of Portuguese, Italian and French. Originally intended to be a tool for the preaching of Christianity in Vietnam, this invention was eventually adopted by the Vietnamese people after several attempts by later missionaries to refine it. The Vietnamese alphabet became the official writing system for the whole country toward the end of the 19th century and remains so to this day.

1.1 The Vietnamese alphabet

There are 29 letters in the Vietnamese alphabet as shown below. Underneath each letter is its name in the form of a guiding pronunciation for English speakers (with the superscript numbers indicating tones). A systematic pronunciation guide will be utilized throughout this book for words, phrases and sentences in Vietnamese and can be found in the Appendices.

(1)

A	Ă	Â	B	C	D	Đ	E	Ê	G
a^1	a^2	uh^2	beh^1	seh^1	yeh^1	deh^1	e^1	eh^1	$zheh^1$

H	I	K	L	M	N	O	Ô	Ơ	P
hat^2	ee^1	ka^1	$eluh^5$	$emuh^5$	$enuh^5$	ah^1	oh^1	uh^1	peh^1

Q	R	S	T	U	Ư	V	X	Y	
koo^1	$eruh^5$	es^2	teh^1	oo^1	$ŭ^1$	veh^1	$eets^2$	ee^1	$grek^2$

1.2 Vowel letters

The letters used to represent vowels in Vietnamese are **a, ă, â, e, ê, i, o, ô, ơ, u, ư** and **y**. Ideally, a vowel letter would always correspond to a vowel sound and vice versa. However, there are cases where a vowel letter does not match the vowel sound that it normally represents. Such spelling-pronunciation mismatching cases will be pointed out and discussed in Chapter 2.

The letters **i** and **y** share the same pronunciation. Whether **i** or **y** is used for the spelling of a word is determined by various factors, which, again, will be discussed in Chapter 2.

(2) **ly kỳ** [lee^1 kee^5] "sensational" – **địa lý** [$deeuh^6$ lee^2] "geography"

   chi li [$chee^1$ lee^1] "detailed" – **lí nhí** [lee^2 $nhee^2$] "to mumble"

A number of vowel letters can stand alone as words:

(3) **a** [a^1] "ah"

   e [e^1] "to fear"

   ê [eh^1] "slightly sore"; "eh"

   o [ah^1] "Miss," "aunt" (*Hue dialect*)

   ô [oh^1] "umbrella" (*northern dialects*)

   ơ [uh^1] "uh"

   u [oo^1] "mom" (*northern dialects*)

   ư [ŭ^1] *interrogative particle*

   y [ee^1] "he" (*southern dialects*)

There are two vowel letters that never appear alone and must be followed by a consonant letter or a **y** (with or without any letters before them):

(4) **Ă** – miền Bắc [myehn^5 băk^2] "Northern region" – nằm [năm^5] "to lie, to be located"

   Â – miền Tây [myehn^5 tay^1] "Western region" – lân cận [lun^1 kun^6] "nearby"

1.3 Consonant letters

The following single consonant letters can appear both at the beginning and the end of a word:

(5) **C** – cạnh [kănh^6] "next to" – nước [nŭuhk^2] "water; country"

   M – Mỹ [mee^3] "America" – miền Nam [myehn^5 nam^1] "Southern region"

   N – núi [nooy^2] "mountain" – biển [byehn^4] "sea"

   T – tài nguyên [tie^5 ngwyehn^1] "resources" – tuyết [twyeht^2] "snow"

Some letters appear only in the beginning of a word:

(6) **B** – bản đồ [ban^4 doh^5] "map" – bờ biển [buh^5 byehn^4] "coast"

   D – dọc theo [yahkp^6 thew^1] "along" – dãy núi [yăy^3 nooy^2] "mountain range"

   Đ – đại dương [die^6 yŭuhng^1] "ocean" – xích đạo [seech^2 dahw^6] "equator"

   G – gần [gun^5] "close; near" – Sài Gòn [shie^5 gahn^5] (*city in southern Vietnam*)

   H – Hà Nội [ha^5 nohy^6] (*city in northern Vietnam*) – hải phận [hie^4 fun^6] "territorial waters"

K – **k**inh tuyến [*keenh^1 twyehn^2*] "longitude" – **k**ênh [*kehnh^1*] "canal"

L – **l**ãnh thổ [*lănh^3 thoh^4*] "territory" – **l**áng giềng [*lang^2 yehng^5*] "neighbor"

Q – **q**uốc gia [*kwohk^2 ya^1*] "nation" – **q**uận [*kwun^6*] "district"

R – **r**anh giới [*rănh^1 yuhy^2*] "border" – **r**uộng [*rwohng^6*] "paddy field"

S – **s**ông [*shohngm^1*] "river" – **s**ườn đồi [*shŭuhn^5 dohy^5*] "hillside"

V – **v**ùng [*voongm^5*] "zone" – **v**ĩ tuyến [*vee^3 twyehn^2*] "parallel; latitude"

X – **x**ã hội [*sa^3 hohy^6*] "society" – làng **x**ã [*lang^5 sa^3*] "villages"

P is the only consonant letter that always appears only at the end of a word:

(7) **P** – đậ**p** [*dup^6*] "dam" – Hiệ**p** Chủng Quốc [*hyehp^6 choongm^4 kwohk^4*] "the United States"

Beside single consonant letters, there are a number of *digraphs* (two consonant letters combined) and one *trigraph* (three consonant letters combined), all of which represent *one consonant sound*.

The following digraphs can appear both at the beginning and the end of a word:

(8) **CH** – địa **ch**ính trị [*deeuh^6 cheenh^2 tree^6*] "geopolitics" – diện tí**ch** [*yehn^6 teech^2*] "area" (*of a surface*)

NG – **ng**uồn [*ngwohn^5*] "source; origin" – ha**ng** động [*hang^1 dohngm^6*] "cave"

NH – **nh**ánh sông [*nhănh^2 shohngm^1*] "tributary" – hà**nh** chính [*hănh^5 cheenh^2*] "administration"

The digraphs below appear only in the beginning of a word:

(9) **GH** – **gh**ềnh [*gehnh^5*] "waterfall" – **gh**e [*ge^1*] "rowboat"

PH – địa **ph**ương [*deeuh^6 fŭuhng^1*] "local" – **ph**ương hướng [*fŭuhng^1 hŭuhng^2*] "direction"

TH – **Th**ái Bình Dương [*thie^2 beenh^5 yŭuhng^1*] "Pacific Ocean" – **th**ành phố [*thănh^5 foh^2*] "city"

TR – miền **Tr**ung [*myehn^5 troongm^1*] "Central region" – **tr**iền núi [*tryehn^5 nooy^2*] "mountainside"

There are two pairs of double letters that can also be considered digraphs as they represent one sound instead of two:

(10) **GI** – This digraph represents a sound pronounced as a "z" sound in most northern dialects and as a "y" sound in most central and southern dialects. **gi**áp với [*zap² /yap² vuhy²*] "to be bordered by" – **gi**ó mùa [*zah² /yah² moouh⁵*] "monsoon"

QU – chung **qu**anh [*choongm¹ kwănh¹*] "around" – kết **qu**ả [*keht² kwa⁴*] "result"

Vietnamese spelling has one trigraph, **NGH**, which appears only in the beginning of a word:

(11) **NGH** – **ngh**ẽn mạch [*ngen³ măch⁶*] "clogged" (*river*) – **Ngh**ệ An [*ngeh⁶ an¹*] (*a province in north-central Vietnam*)

1.4 Glide letters

A large number of words contain vowel letters that represent not only full vowels but also *glides*—also known as "semi-vowels," pronounced briefly. This happens when these vowel letters are found in a *diphthong* or a *triphthong*, where there is a dominating full vowel (Chapter 2). A glide letter can appear before or after a full vowel letter. Let's look at those letters and observe how they are used to represent full vowels and glides:

(12) • **A** representing a full vowel:
  h**à**i lý [*hie⁴ lee²*] "nautical mile" – ngo**ạ**n mục [*ngwan⁶ mookp⁶*] "spectacular"

• **A** representing a glide:
  cử**a** sông [*kŭuh⁴ shohngm¹*] "river mouth" – lục đị**a** [*lookp⁶ deeuh⁶*] "continent"

• **I** representing a full vowel:
  đ**ị**a hình [*deeuh⁶ heenh⁵*] "topography" – h**i**u hắt [*heew¹ hăt²*] "bleak"

• **I** representing a glide:
  bã**i** biển [*bie³ byehn⁴*] "beach" – biên g**i**ới [*byehn¹ yuhy²*] "frontier"

• **O** representing a full vowel:
  sông ng**ò**i [*shohngm¹ ngahy⁵*] "rivers" – **o**i bức [*ahy¹ bŭk²*] "muggy"

• **O** representing a glide:
  h**o**ạ đồ – [*hwa⁶ doh⁵*] "graphics" – xích đ**ạo** – [*seech² daw⁶*] "Equator" – hải ng**o**ại – [*hie⁴ ngwie⁶*] "overseas"

• **U** representing a full vowel:
  n**ú**i lửa [*nooy² lŭuh⁴*] "volcano" – m**ù**a khô [*moouh⁵ khoh¹*] "dry season"

- **U** representing a glide:
  quần đảo [*kwun⁵ dahw⁴*] "archipelago" – Châu Á [*chohw¹ a²*] "Asia"

- **Ư** representing a full vowel:
  mùa mưa [*moouh⁵ mŭuh¹*] "rainy season" – cựu lục địa [*kŭw⁶ lookp⁶ deeuh⁶*] "old continent"

- **Ư** representing a glide:
  nước nhà [*nŭuhk² nha⁵*] "home country" – người Việt [*ngŭuhy⁵ vyeht⁵*] "Vietnamese people"

- **Y** representing a full vowel:
  đường thuỷ [*dŭuhng⁵ thwee⁴*] "waterway" – quỹ đạo [*kwee³ dahw⁶*] "orbit"

- **Y** representing a glide:
  Đại Tây Dương [*die⁶ tay¹ yŭuhng¹*] "Atlantic Ocean" – cao nguyên [*kahw¹ ngwyehn¹*] "highlands"

From the above (12), it can be deduced that the following vowel letters always represent full vowels in isolation, in a diphthong or a triphthong:

(13) **Ă** – quặng mỏ [*kwăng⁶ mah⁴*] "mines" – ngoằn ngoèo [*ngwăn⁵ ngwew⁵*] "winding"

   Â – quận [*kwun⁶*] "district" – khuấy động [*khway² dohngm⁶*] "to stir up"

   E – eo biển [*ew¹ byehn⁴*] "strait" – cong queo [*kahngm¹ kwew¹*] "twisted"

   Ê – chiều cao [*chyehw⁵ kahw¹*] "height" – thiên nhiên [*thyehn¹ nhyehn¹*] "nature"

   Ô – suối [*shwohy²*] "brook" – nguồn nước [*ngwohn⁵ nŭuhk²*] "water source"

   Ơ – ôn đới [*ohn¹ duhy²*] "temperate zone" – đường bộ [*dŭuhng⁵ boh⁶*] "road"

1.5 Vowel diacritics

Three diacritics (also called "accent marks") are used on a number of vowel letters to distinguish them from the ones without those accent marks in terms of pronunciation.

The *breve* (˘), used in **Ă**, indicates a vowel pronounced shorter than the vowel represented by **A**:

(14) **Ă** – lăng tẩm [*lăng¹ tum⁴*] "mausoleum" – chăn nuôi [*chăn¹ nwohy¹*] "husbandry"

The *circumflex* (^), used in **Â**, **Ê** and **Ô**, indicates vowels pronounced with the mouth more closed than that when articulating the counterparts without this diacritic:

(15) **Â** – châu **Â**u – [*chohw¹ ohw¹*] "Europe" – l**â**n bang [*lun¹ bang¹*] "neighboring country"

Ê – mi**ề**n qu**ê** [*myehn⁵ kweh¹*] "countryside" – xuy**ê**n qua [*swyehn¹ kwa¹*] "across"

Ô – Bi**ể**n **Đô**ng [*byehn⁴ dohngm¹*] "the East Sea" – th**ủ đô** [*thoo⁴ doh¹*] "capital"

The *hook* ('), used in **Ơ** and **Ư**, indicates vowels articulated in the central area in the oral cavity (as opposed to **O** and **U**, which are pronounced in the back):

(16) **Ơ** – giang s**ơ**n [*yang¹ shuhn¹*] "land, territory" – nhi**ệ**t **đớ**i [*nhyeht⁶ duhy²*] "tropics"

Ư – dân c**ư** [*yun¹ kŭ¹*] "inhabitants" – x**ứ** [*sŭ²*] "country, region"

1.6 Tone diacritics

There are five diacritics representing five tones in Vietnamese (the sixth tone is unmarked, coded as number 1 in the pronunciation guides, e.g. *sa* m**ạ**c [*sha¹ mak⁶*] "desert," *chu vi* [*choo¹ vee¹*] "circumference").

The tone marks are placed over vowel letters. A detailed description of the tone system is found in Chapter 2.

The *acute* (´)—or **d**ấ**u s**ắ**c** [*yohw² shăk²*] "sharp accent mark"—represents the *high-rising* tone (coded as number 2 in the pronunciation guides):

(17) b**á**n c**ầ**u [*ban² kohw⁵*] "hemisphere" – k**í**ch th**ướ**c [*keech² thŭuhk²*] "dimension"

The *tilde* (˜)—or **d**ấ**u ng**ã** [*yohw² nga³*] "tumbling accent mark"—represents the *high-rising-glottalized* tone (coded as number 3 in the pronunciation guides):

(18) ch**â**u M**ỹ** [*chohw¹ mee³*] "Americas" – th**ị** x**ã** [*thee⁶ sa³*] "town"

The *hook-above* (')—or **d**ấ**u h**ỏ**i** [*yohw² hahy⁴*] "question accent mark"—represents the *low-rising* tone (coded as number 4 in the pronunciation guides)

(19) t**ỉ**nh [*teenh⁴*] "province" – h**ẻ**m n**ú**i [*hem⁴ nooy²*] "canyon"

The *grave* (`)—or **dấu huyền** [*yohw² hwyehn⁵*] "deep accent mark"—represents the *low-falling* tone (coded as number **5** in the pronunciation guides):

(20) đồng bằng [*dohngm⁵ băng⁵*] "delta" – bờ sông [*buh⁵ shohngm¹*] "riverbank"

The *dot-below* (.)—or **dấu nặng** [*yohw² năng⁶*] "heavy accent mark"—represents the *low-falling-constricted* tone (coded as number **6** in the pronunciation guides):

(21) địa cầu [*deeuh⁶ kohw⁵*] "globe" – Ấn Độ Dương [*un² doh⁶ yŭuhng¹*] "Indian Ocean"

1.7 Positions of diacritics

In words that contain two vowel letters (representing a *diphthong*) or three vowel letters (representing a *triphthong*), a tone diacritic is placed over the letter that represents a full vowel, never over a letter that represents a glide (or semi-vowel).

(22) trái đất [*trie² dut²*] "Earth" – bán đảo [*ban² dahw⁴*] "peninsula"

ngoại quốc [*ngwie⁶ kwohk²*] "foreign country" – chiều dài [*chyehw⁵ yie⁵*] "length"

In words that contain two diacritics together, one must be a vowel mark and the other, a tone mark:

(23) không phận [*khohngm¹ fun⁶*] "airspace" (*in ậ, the circumflex indicates a closed a, and the dot-below mark indicates the glottalized falling tone*).

chiều rộng [*chyehw⁵ rohngm⁶*] "width" (*in ề, the circumflex indicates a closed e, and the grave mark indicates the low-falling tone*).

đường thẳng [*dŭuhng⁵ thăng⁴*] "straight line" (*in ờ, the hook indicates a central o, and the grave mark indicates the low-falling tone; in ẳ, the breve indicates a short a, and the hook-above mark indicates the low-rising tone*).

The placement of tone diacritics on letters that represent full vowels is known as the *phonetic diacritic placement method.* It is, however, necessary to recognize another method of tone mark placement used by several writers as seen in Vietnamese newspapers, magazines and books. This other tendency, known as the *aesthetic diacritic placement method,* which shows a tone mark above a letter (regardless of whether it represents a glide or a full vowel), followed by another vowel letter, in words that contains an *open diphthong* (not followed by any consonant letters). The justification for this method is that in such words, there is a sense of "balance" with a tone mark placed in the middle (or near the middle) of the whole written units, making them "look nice."

Let's compare the two methods of placing a tone mark on a vowel letter in a diphthong:

(24) [*The phonetic diacritic placement method*]

toạ độ [*twa⁶ doh⁶*] "coordinates" (*in* **toạ**, *the dot-below mark is placed under* **a**, *which is the full vowel of the diphthong* **oa**.)

thuỷ triều [*thwee⁶ tryehw⁵*] "tide" (*the hook-above mark is placed on the full vowel letter* **y**.)

[*The aesthetic diacritic placement method*]

tọa độ (*same pronunciation and meaning as above. Here, the dot-below mark is placed under* **o**, *which represents a glide.*)

thủy triều (*same pronunciation and meaning as above; the hook-above mark is placed above the* **u**, *which represents a glide.*)

However, in (a) *closed diphthongs* (followed by one or more consonant letters), (b) *open diphthongs* (not followed by any consonant letters) with the first letter representing a full vowel or (c) triphthongs, the two methods converge, showing a tone mark similarly on the same vowel letter:

(25) [*Both methods*]

toàn cầu [*twan⁵ kohw⁵*] "global" (**oàn** *is a closed diphthong with full vowel* **a**).

ngọn đèo [*ngahn⁶ dew⁵*] "pass" (**èo** *is a diphthong with full vowel* **e**).

ngoại ô [*ngwie⁶ oh¹*] "suburbs" (**oại** *is a triphthong with full vowel* **a**).

In the digraph **qu**, where **u** represents a glide, no accent mark should be placed above the **u** (which is agreed upon by both methods):

(26) quả đất [*kwa⁴ dut²*] "the earth" – quý báu [*kwee² băw²*] "precious"

PRACTICE EXERCISES

A. Vowel vs. glide letters

For each written unit in the sentences below, underline ONLY the letters that represent *glides*, leaving the letters that represent *full vowels* intact:

1. Việt Nam giáp với Trung Quốc ở phía bắc, với Lào ở phía tây và với Cam Bốt ở phía tây nam.
   Vietnam is bordered by China to the north, by Laos to the west, and by Cambodia to the southwest.

2. Các quần đảo Hoàng Sa và Trường Sa của Việt Nam nằm ở Biển Đông, thuộc Thái Bình Dương.
   Vietnam's Paracel Islands and Spratly Islands are located in the East Sea, Pacific Ocean.

3. Hà Nội ở miền Bắc; Huế ở miền Trung và Sài Gòn ở miền Nam.
   Hanoi is in the North; Hue is in the Central and Saigon is in the South.

4. Sông Cửu Long ở miền tây nam bao gồm các nhánh sông cuối cùng của sông Mekong.
   The Nine-Dragon River in the Southwest consists of the final tributaries of the Mekong River.

5. Trường Sơn là dãy núi dài nhất ở Việt Nam, nơi toạ lạc vùng Cao Nguyên Trung Phần.
   Truong Son is Vietnam's longest mountain range, where the Central Highlands are located.

The highest mountain range in Vietnam is located in the North,
the longest, in the Central, and the lowest, in the South.

B. Consonant letters

For each written unit in the sentences below, underline the *digraphs* or *trigraphs* that represent *one consonant sound*.

1. Nghệ Tĩnh là một vùng ở miền bắc Trung phần bao gồm hai tỉnh là Nghệ An và Hà Tĩnh.
   Nghe Tinh is a northern central region that consists of two provinces, Nghe An and Ha Tinh.

2. Đảo Phú Quốc, một khu du lịch nổi tiếng ở vùng cực nam, thuộc về tỉnh Kiên Giang.
   Phu Quoc Island, a well-known resort in the southernmost region, belongs to Kien Giang province.

3. Việt Nam có bờ biển chạy dài từ Vịnh Bắc Phần đến tận mũi Cà Mau.
   Vietnam has a coast that runs from the Gulf of Tonkin all the way to the Ca Mau Cape.

4. Nông nghiệp phát triển ở miền Bắc và miền Nam, trong khi miền Trung lại mạnh về ngư nghiệp.
   Agriculture flourishes in the North and the South, whereas fishery is the Central's forte.

5. Biển Hồ ở Pleiku trên Cao Nguyên Trung Phần là một miệng núi lửa đã tắt từ hàng triệu năm trước.
   The City of Pleiku's Sea Lake in the Central Highlands is the crater of a volcano extinct millions of years ago.

C. Diacritics

From the following sentences, put the words in the correct categories provided below as (a) having no diacritics, (b) having a vowel diacritic, (c) having a tone diacritic and (d) having both types of diacritics. Each word should be listed only once.

1. Việt Nam nằm trong vùng Đông Nam Á, có diện tích khoảng 330.000 cây số vuông.
   Vietnam is located in Southeast Asia and has an approximate area of 330,000 square kilometers.

2. Khí hậu nhiệt đới ở Việt Nam khác nhau tuỳ theo vùng.
   The tropical climates of Vietnam vary according to regions.

3. Miền Nam có hai mùa trong năm: mùa mưa và mùa khô.
    The South has two seasons in a year: the rainy season and the dry season.

4. Sông Hồng ở miền Bắc, sông Hương ở miền Trung và sông Cửu Long ở miền Nam.
    The Red River is in the North; the Perfume River is in the Central and the Nine-Dragon (Mekong) River is in the South.

5. Vùng cao nguyên miền Bắc thỉnh thoảng có tuyết rơi.
    It sometimes snows in the northern highlands.

No diacritic	*With vowel diacritic*	*With tone diacritic*	*With both diacritics*

FOLK VERSES – CA DAO

**Sông sâu còn có kẻ dò,
Nào ai lấy thước mà đo lòng người.**

The Southwest of Vietnam has dozens of tributaries flowing to the Mekong River.
Bustling scenes along and on the rivers are typical of this prosperous region.

LITERAL MEANING
Even a deep river can be fathomed by somebody, but no one could ever use a yardstick to measure the depth of the human heart.

FIGURATIVE MEANING
It is quite difficult to understand a person's feelings or motivations.

CULTURAL ASPECT
By definition, the term *ca dao* is a type of folk songs. Actually, these "songs" are popular verses that are "recited" among people, passed down from one generation to the next, more often than they are "sung." For that reason, the term is more aptly understood as "folk verses." It can be said that folk verses are "proverbs with rhyme and rhythm." They are Vietnam's great treasure—mostly shared in an oral format—that contains various aspects of life: language, culture, beliefs, traditions, morals and philosophies.

TOPICAL VOCABULARY – TỪ VỰNG THEO CHỦ ĐỀ

NOUNS – DANH TỪ	
bản đồ map	**miền Bắc** the North
biển sea	**miền Nam** the South
bờ biển coast	**miền Trung** the Central
châu Á Asia	**nhánh sông** tributary
cửa sông river mouth	**nhiệt đới** tropics
đại dương ocean	**núi** mountain
Đại Tây Dương Atlantic Ocean	**núi lửa** volcano
địa cầu globe	**phương hướng** direction
địa chính trị geopolitics	**quả đất** Earth
địa hình topography	**quần đảo** archipelago
địa lý geography	**quốc gia** nation
diện tích area	**ranh giới** border
eo biển strait	**sông** river
gió mùa monsoon	**tài nguyên** natural resources
hải phận territorial waters	**Thái Bình Dương** Pacific Ocean
kênh canal	**thiên nhiên** nature
kinh tuyến meridian, longitude	**vĩ tuyến** parallel, latitude
lãnh thổ territory	**vùng** region
lục địa continent	**xích đạo** Equator

ADJECTIVES – TÍNH TỪ		VERBS – ĐỘNG TỪ	
cạnh	next to	**bao gồm**	to consist of
cong queo	twisted	**giáp với**	to be bordered by
gần	near	**khuấy động**	to stir up
lân cận	nearby	**thuộc về**	to belong to
nghẽn mạch	clogged (river)	**toạ lạc**	to be located
ngoạn mục	spectacular	**tuyết rơi**	to snow
ngoằn ngoèo	winding		
nổi tiếng	well-known		
oi bức	muggy		
quý báu	precious		

CHAPTER 2

Pronunciation & Spelling Rules
Phát Âm & Chính Tả

History – *Lịch sử*

In the Battle of Bạch Đằng River (1288), the Đại Việt fleet (former name of Vietnam) gloriously defeated the Mongolian Yuan fleet near today's Hạ Long Bay in northern Vietnam.

Vietnamese is characterized as a tonal language with a rich inventory of vowels, diphthongs, triphthongs and consonants. The tones add more "melody" to the pronunciation of words, phrases and sentences. From the 15th to the 19th century, *Chữ Nôm*, or "the Southern Script," was used as the sole writing system of the language. This written system was based on Chinese characters, which was creatively modified by a group of Vietnamese scholars. It was, however, not widely used by the people because it required that users be proficient in Chinese and familiar with the not-so-structured rules of character modifications. Like the Chinese written language, *Chữ Nôm* did not have any phonetic correlation between the written forms and the pronunciations. The Vietnamese Roman alphabet, adopted toward the end of the 19th century, was warmly welcomed, thanks to its phonetic connection to the spoken language.

2.1 Vowel sounds

Vietnamese has 11 vowel sounds, represented by 12 letters. Each vowel can bear up to six tones yielding a very rich vowel system.

- The vowel **a** is approximately equivalent to the pronunciation of *a* in the English word "calm":

    (1) quốc ca [*kwohk² ka¹*] "national anthem" – quan lại [*kwan¹ lie⁶*] "mandarinate"

- The vowel **ă** is a short **a**, approximately equivalent to the pronunciation of *e* in the English word "height":

    (2) chiến thắng [*chyehn² thăng²*] "victory" – đăng quang [*dăng¹ kwang¹*] "coronation"

- The vowel **â** is approximately equivalent to the pronunciation of *u* in the English word "**fun**":

    (3) quân lính [*kwun¹ leenh²*] "soldiers" – xâm lược [*sum¹ lŭuhk⁶*] "to invade"

- The vowel **e** is approximately equivalent to the pronunciation of *e* in the English word "pen":

    (4) vẻ vang [*ve⁴ vang¹*] "glorious" – đất mẹ [*dut² me⁶*] "motherland"

- The vowel **ê** is approximately equivalent to the pronunciation of *a* in the English word "bay":

    (5) thế kỷ [*theh² kee⁴*] "century" – chế độ [*cheh² doh⁶*] "regime"

- The vowel **i/y** (two letters representing the same vowel) is approximately equivalent to the pronunciation of the *i* or the *y* in the English word "city":

    (6) hy sinh [*hee¹ sheenh¹*] "to sacrifice; to die" – kinh đô [*keenh¹ doh¹*] "capital city"

- The vowel **o** is approximately equivalent to the pronunciation of *o* in the English word "fond":

    (7) phòng ngự [*fahngm⁵ ngŭ⁶*] "defense" – lựa chọn [*lŭuh⁶ chahn⁶*] "to select"

- The vowel **ô** is approximately equivalent to the pronunciation of *o* in the English word "**low**":

  (8) đô hộ [*doh¹ hoh⁶*] "to dominate" – tổ quốc [*toh⁴ kwohk²*] "fatherland"

- The vowel **ơ** is approximately equivalent to the pronunciation of *a* in the English word "**again**":

  (9) lá cờ [*la² kuh⁵*] "flag" – trợ giúp [*truh⁶ yoop²*] "to assist"

- The vowel **u** is approximately equivalent to the pronunciation of *u* in the English word "**put**":

  (10) thủ phủ [*thoo⁴ foo⁴*] "metropolis" – cung điện [*koongm¹ dyehn⁶*] "palace"

- The vowel **ư** is approximately equivalent to the pronunciation of *u* in the English word "**ugh**":

  (11) xứ sở [*sư² shuh⁴*] "land" – ngự trị [*ngư⁶ tree⁶*] "to reign"

2.2 Glide sounds

Also known as "semi-vowels," glides are vowels that are pronounced "half-way" and cannot stand alone; instead, they must either precede or follow a vowel in a syllable. Vietnamese has four glide sounds:

- The glide sound coming from the vowel **a** is approximately equivalent to the pronunciation of *e* in the English word "**more**":

  (12) vua chúa [*voouh¹ choouh²*] "kings and lords" – khởi nghĩa [*khuhy⁴ ngeeuh³*] "to revolt"

- The glide sound coming from the vowels **i/y** is approximately equivalent to the pronunciation of *y* in the English words "**yes**" and "**nay**":

  (13) triều đình [*tryehw⁵ deenh⁵*] "royal court" – ngai vàng [*ngie¹ vang⁵*] "throne" – xây dựng [*say¹ yũng⁶*] "to build" – yên ổn [*yehn¹ ohn⁴*] "peaceful"

- The glide sound coming from the vowels **u/o** is approximately equivalent to the pronunciation of *u* in the English word "**quiet**" or *w* in the English word "**now**":

  (14) quân địch [*kwun¹ deech⁶*] "enemy" – tuẫn tiết [*twun⁴ tyeht²*] "to die a martyr" – cầu viện [*kohw⁵ vyehn⁶*] "to ask for assistance" – hoà bình [*hwa⁵ beenh⁵*] "peace" – phong trào [*fahngm¹ trahw⁵*] "movement"

- The glide coming from the vowel **ư** is approximately equivalent to the pronunciation of a *w without lip-rounding* in the English word "**w**ork":

  (15) cưỡi ngựa [*kửuhy³ ngửuh⁶*] "to ride a horse" – tướng lãnh [*tửuhng² lãnh³*] "military general"

2.3 Diphthongs

A diphthong is a combination of {vowel + glide} or {glide + vowel} forming one syllable. Vietnamese has 27 diphthongs, some of which are spelled in more than one way.

- The diphthong **ai** (**a** being a full vowel) is approximately equivalent to the pronunciation of *i* in the English word "l**i**ke":

  (16) triều đ**ại** [*tryehw⁵ die⁶*] "dynasty" – th**ái** thượng hoàng [*thie² thửuhng⁶ hwang⁵*] King's father

- The diphthong **ao** (**a** being a full vowel) is approximately equivalent to the pronunciation of *ow* in the English word "br**ow**n":

  (17) đ**ảo** chánh [*dahw⁴ chănh²*] "coup d'état" – gi**ao** tranh [*yahw¹ trănh¹*] "to fight"

- The diphthong **ay** (**a** being a full vowel) is approximately equivalent to the pronunciation of *i* in the English word "k**i**te":

  (18) x**ảy** ra [*săy⁴ ra¹*] "to happen" – ch**ạy** trốn [*chăy⁶ trohn²*] "to flee"

- The diphthong **au** (**a** being a full vowel) is approximately equivalent to the pronunciation of *ou* in the English word "**ou**t":

  (19) ẩn n**áu** [*un⁴ năw²*] "to hide out" – gi**àu** có [*yăw⁵ kah²*] "prosperous"

- The diphthong **ây** (**â** being a full vowel) is approximately equivalent to the pronunciation of *a* in the English word "l**a**te":

  (20) x**ây** dựng [*say¹ yửng⁶*] "to build" – bao v**ây** [*bahw¹ vay¹*] "to surround"

- The diphthong **âu** (**â** being a full vowel) is approximately equivalent to the pronunciation of *ow* in the English word "sh**ow**":

  (21) c**ầu** viện [*kohw⁵ vyehn⁶*] "to ask for help" – m**âu** thuẫn [*mohw¹ thwun³*] "conflict"

- The diphthong **eo** (**e** being a full vowel) is approximately equivalent to the pronunciation of *e* in the English word "pen," followed by a *w*:

  (22) hiểm ngh**èo** [*hyehm⁴ ngew⁵*] "perilous" – khôn kh**éo** [*khohn¹ khew²*] "tactful"

- The diphthong **êu** (**ê** being a full vowel) is approximately equivalent to the pronunciation of *ew* in the English word "**ew**":

  (23) k**êu** gọi [*kehw¹ gahy⁶*] "to call for" – n**êu** ra [*nehw¹ ra¹*] "to accentuate"

- The diphthong **ia** (**i** being a full vowel) is approximately equivalent to the pronunciation of *ea*, in the English word "**hear**":

  (24) ch**ia** cắt [*cheeuh¹ kăt²*] "to separate" – chiến đ**ịa** [*chyehn² deeuh⁶*] "battle ground"

- The diphthong **iê/yê** (**ê** being a full vowel) is approximately equivalent to the pronunciation of *ye* in the English word "**yes**":

  (25) ch**iế**n tranh [*chyehn² trănh¹*] "war" – **yên** bình [*yehn¹ beenh⁵*] "peaceful"

- The diphthong **oi** (**o** being a full vowel) is approximately equivalent to the pronunciation of *oi* in the English word "**boil**":

  (26) bờ c**õi** [*buh⁵ kahy³*] "confines" – đ**òi** h**ỏi** [*dahy⁵ hahy⁴*] "to demand"

- The diphthong **ôi** (**ô** being a full vowel) is approximately equivalent to the pronunciation of *owy* in the English word "sh**owy**":

  (27) h**ội** nghị [*hohy⁶ ngee⁶*] "assembly" – n**ối** ng**ôi** [*nohy² ngohy¹*] "to succeed to the throne"

- The diphthong **ơi** (**ơ** being a full vowel) is approximately equivalent to the pronunciation of *uh* in the English word "h**uh**," followed by *y*:

  (28) th**ời** kỳ [*thuhy⁵ kee⁵*] "period" – l**ợi** dụng [*luhy⁶ yoongm⁶*] "to take advantage of"

- The diphthong **ua** (**u** being a full vowel) is approximately equivalent to the pronunciation of *ure* in the English word "sure," without the "r" in the middle:

  (29) lãnh ch**úa** [*lănh³ choouh²*] "landgrave" – th**ua** trận [*thoouh¹ trun⁶*] "to lose a battle"

- The diphthong **oa/ua** (**a** being a full vowel) is approximately equivalent to the pronunciation of *wa* in the English word "**wad**":

  (30) h**oà** ước [*hwa⁵ ŭuhk²*] "peace treaty" – hậu q**uả** [*hohw⁶ kwa⁴*] "consequence"

- The diphthong **oă/uă** (**ă** being a full vowel) is approximately equivalent to the pronunciation of *wa* in the English word "**watt**":

  (31) băn kh**oă**n [*băn¹ khwăn¹*] "anxious" – q**uặ**ng mỏ [*kwăng⁶ mah⁴*] "ore"

- The diphthong **uâ** (**â** being a full vowel) is approximately equivalent to the pronunciation of *ua* in the English word "kum**qua**t":

  (32) q**uâ**n đội [*kwun¹ dohy⁶*] "army" – ch**uẩ**n bị [*chwun⁴ bee⁶*] "to get ready"

- The diphthong **oe/ue** (**e** being a full vowel) is approximately equivalent to the pronunciation of *we* in the English word "**wet**":

  (33) kh**oẻ** mạnh [*khwe⁴ mănh⁶*] "healthy" – q**ue**n thuộc [*kwen¹ thwohk⁶*] "familiar"

- The diphthong **uê** (**ê** being a full vowel) is approximately equivalent to the pronunciation of *wa* in the English word "**sway**":

  (34) q**uê** hương [*kweh¹ hŭuhng¹*] "native land" – ân h**uệ** [*un¹ hweh⁶*] "favor"

- The diphthong **uy** (**y** being a full vowel) is approximately equivalent to the pronunciation of *wee* in the English word "**weed**":

  (35) chỉ h**uy** [*chee⁴ hwee¹*] "to command" – q**uy** hàng [*kwee¹ hang⁵*] "to surrender"

- The diphthong **ui** (**u** being a full vowel) is approximately equivalent to the pronunciation of *uey* in the English word "gl**uey**":

  (36) rút l**ui** [*root² looy²*] "to withdraw" – x**úi** giục [*sooy² yookp⁶*] "to instigate"

- The diphthong **uô** (**ô** being a full vowel) is approximately equivalent to the pronunciation of *wou* in the English word "**would**":

  (37) q**uố**c gia [*kwok² ya¹*] "nation" – th**uộ**c địa [*thwohk⁶ deeuh⁶*] "colony"

- The diphthong **uơ** (**ơ** being a full vowel) is approximately equivalent to the pronunciation of *wo* in the English word "**work**":

  (38) th**uở** trước [*thwuh⁴ trŭuhk²*] "in the olden days" – q**uở** trách [*kwuh⁴ trăch²*] "to reprove"

- The diphthong **ưa** (**ư** being a full vowel) is approximately equivalent to the pronunciation of *yra* in the English word "pyramid" without the "r" in the middle:

  (39) ngày x**ưa** [*ngăy⁵ sŭuh¹*] "once upon a time" – chọn l**ựa** [*chahn⁶ lŭuh⁶*] "to select"

- The diphthong **ươ** (**ơ** being a full vowel) is approximately equivalent to the pronunciation of *yea* in the English word "yearn":

  (40) c**ườ**ng quốc [*kŭuhng⁵ kwohk²*] "powerful nation" – quân xâm l**ượ**c [*kwun¹ sum¹ lŭuhk⁶*] "invaders"

- The diphthong **ưi** (**ư** being a full vowel) is approximately equivalent to the pronunciation of *ii* in the English word "skiing":

  (41) ng**ửi** [*ngŭy⁴*] "to smell"

- The diphthong **ưu** (**ư** being a full vowel) is approximately equivalent to the pronunciation of *ew* in the English word "chewey":

  (42) c**ựu** tổng thống [*kŭw⁶ tohngm⁴ thohngm²*] "former president" – c**ứu** nước [*kŭw² nŭuhk²*] "to save the nation"

2.4 Triphthongs

A triphthong is a combination of one full vowel and two glide sounds. Vietnamese has 13 triphthongs, 12 of which are formed with {Glide + Vowel + Glide} and one with {Glide + Glide + Vowel}.

- The triphthong **iêu/yêu** (**ê** being a full vowel) is approximately equivalent to the pronunciation of *yie* in the English word "**yie**ld," followed by *w*:

  (43) tr**iều** cống [*tryehw⁵ kohngm²*] "tribute" – **yêu** sách [*yehw¹ shăch²*] "exaction"

- The triphthong **uôi** (**ô** being a full vowel) is approximately equivalent to the pronunciation of *uo* in the English word "q**uo**ta," followed by *y*:

  (44) đánh đ**uổi** [*dănh² dwohy⁴*] "to fight off" – c**uối** cùng [*kwohy² koongm⁵*] "final"

- The triphthong **ươi** (**ơ** being a full vowel) is approximately equivalent to the pronunciation of *ure* in the English word "p**ure**," *without r* and followed by *y*:

  (45) ng**ười** dân [*ngŭuhy⁵ yun¹*] "commoner" – t**ươi** cười [*tŭuhy¹ kŭuhy⁵*] "to smile brightly"

- The triphthong **ươu** (**ơ** being a full vowel) is approximately equivalent to the pronunciation of *wo* in the English word "**wo**rd," *without lip rounding* and followed by *w*:

    (46) con h**ươu** [*kahn¹ hŭuhw¹*] "stag" – uống r**ượu** [*wohng² rŭuhw⁶*] "to drink alcohol"

- The triphthong **uya** (**y** being a full vowel) is approximately equivalent to the pronunciation of *wei* in the English word "**wei**rd":

    (47) đêm kh**uya** [*dehm¹ khweeuh¹*] "late night"

- The triphthong **uyu** (**y** being a full vowel) is approximately equivalent to the pronunciation of *wee* in the English word "s**wee**t," followed by *w*:

    (48) khúc kh**uỷu** [*khookp² khweew⁴*] "winding"

- The triphthong **oai/uai** (**a** being a full vowel) is approximately equivalent to the pronunciation of *wi* in the English word "**wi**de":

    (49) th**oái** vị [*thwie² vee⁶*] "to abdicate" – ng**oại** xâm [*ngwie⁶ sum¹*] "invasion"

- The triphthong **oay/uay** (**a** being a full vowel) is approximately equivalent to the pronunciation of *wa* in the English word "**wa**de":

    (50) x**oay** xở [*swăy¹ suh⁴*] "to manage" – q**uay** lại [*kwăy¹ lie⁶*] "to turn around"

- The triphthong **uây** (**â** being a full vowel) is approximately equivalent to the pronunciation of *wei* in the English word "**wei**ght":

    (51) q**uây** quần [*kway¹ kwun⁵*] "to gather round" – q**uấy** phá [*kway² fa²*] "to harass"

- The triphthong **oao/uao** (**a** being a full vowel) is approximately equivalent to the pronunciation of *wow* in the English word "**wow**":

    (52) ng**oao** ng**oao** [*ngwahw¹ ngwahw¹*] "meow-meow"

- The triphthong **uau** (**a** being a full vowel) is approximately equivalent to the pronunciation of *w* followed by *ou* in the English word "sh**ou**t":

    (53) q**uạu** cọ [*kwăw⁵ kah⁶*] "cantankerous"

- The triphthong **oeo/ueo** (**e** being a full vowel) is approximately equivalent to the pronunciation of *we* in the English word "**we**t," followed by *w*:

(54) ngoằn ngoèo [*ngwăn⁵ ngwew⁵*] "zigzagging" – cong queo [*kahngm¹ kwew¹*] "twisted"

- The triphthong **uyê** (**ê** being a full vowel) is approximately equivalent to the pronunciation of *wi* in the English word "win," followed by *e* in the English word "ten":

  (55) quy**ền** lực [*kwyehn⁵ lŭk⁶*] "power" – ng**uyên** soái [*ngwyehn¹ shwie²*] "marshal"

2.5 Consonant sounds

Vietnamese has 22 consonant sounds, some of which are represented by more than one letter. All consonants appear as simple sounds, never in clusters.

- The consonant represented by the letter **b** is approximately equivalent to the pronunciation of *b* in the English letter "bee":

  (56) **b**inh sĩ [*beenh¹ shee³*] "soldier" – **b**ạo quyền [*bahw⁶ kwyehn⁵*] "tyranny"

- The consonant represented by the letters **c**, **k** and **q** is approximately equivalent to the pronunciation of *k* in the English word "kite," *c* in the English word "cat," or *q* in the English word "quick":

  (57) **c**ai trị [*kie¹ tree⁶*] "to rule" – **k**ỷ nguyên [*kee⁴ ngwyehn¹*] "era" – hậu **q**uả [*hohw⁶ kwa⁴*] "consequence"

- The consonant represented by the letter **ch** is approximately equivalent to the pronunciation of *ch* in the English word "chin":

  (58) **ch**iến lược [*chyehn² lŭuhk⁶*] "strategy" – **ch**uyên chế [*chwyehn¹ cheh²*] "totalitarian"

- The consonant represented by the letters **d** and **gi** is approximately equivalent to the pronunciation of *z* in the English word "zoo" (in northern dialects) or of *y* in the English word "young" (in most central and southern dialects):

  (59) **d**ã sử [*ya³ shŭ⁴*] "unofficial history" – **gi**ao tranh [*jahw¹ trănh¹*] "to fight"

- The consonant represented by the letter **đ** is approximately equivalent to the pronunciation of *d* in the English word "day":

  (60) **đ**ạo quân [*dahw⁶ kwun¹*] "army" – **đ**ình chiến [*deenh⁵ chyehn²*] "truce"

- The consonant represented by the letters **g** and **gh** is approximately equivalent to the pronunciation of *g* in the English word "**g**o":

  (61) **g**ông cùm [*gohngm¹ koom⁵*] "shackles" – **gh**i lại [*gee¹ lie⁶*] "to record"

- The consonant represented by the letter **h** is approximately equivalent to the pronunciation of *h* in the English word "**h**ome":

  (62) **h**oà ước [*hwa⁵ ŭuhk²*] "peace treaty" – **h**iệp định [*hyehp⁶ deenh⁶*] "pact"

- The consonant represented by the letters **kh** is approximately equivalent to the pronunciation of *k*, followed by a strong *h* sound, in the English word "**k**ite":

  (63) **kh**ai chiến [*khie¹ chyehn²*] "to start a war" – quốc **kh**ánh [*kwohk² khănh²*] "National Day"

- The consonant represented by the letter **l** is approximately equivalent to the pronunciation of *l* in English word "**l**ake":

  (64) **l**ãnh tụ [*lănh³ too⁶*] "leader" – **l**iên kết [*lyehn¹ keht²*] "to ally oneself"

- The consonant represented by the letter **m** is approximately equivalent to the pronunciation of *m* in the English word "**m**ilk":

  (65) **m**ặt trận [*măt⁶ trun⁶*] "line of battle" – chiế**m** đóng [*chyehm² dahngm²*] "to occupy"

- The consonant represented by the letter **n** is approximately equivalent to the pronunciation of *n* in the English word "**n**ut":

  (66) **n**ội chiến [*nohy⁶ chyehn²*] "civil war" – di tả**n** [*yee¹ tan⁴*] "to evacuate"

- The consonant represented by the letters **ng** and **ngh** is approximately equivalent to the pronunciation of *ng* in the English word "thi**ng**":

  (67) **ng**oại giao [*ngwie⁶ yahw¹*] "diplomatic" – phản **ngh**ịch [*fan⁴ ngeech⁶*] "traitorous"

- The consonant represented by the letters **nh** is approximately equivalent to the pronunciation of *ny* in the English word "ca**ny**on":

  (68) **nh**ập ngũ [*nhup⁶ ngoo³*] "to join the army" – chí**nh** trị [*cheenh² tree⁶*] "politics"

- The consonant represented by the letter **p** is approximately equivalent to the pronunciation of *p* in the English word "hop":

  (69) thoả hiệ**p** [*thwa⁴ hyehp⁶*] "to compromise" – hợ**p** pháp [*huhp⁶ fap²*] "legitimate"

- The consonant represented by the letters **ph** is approximately equivalent to the pronunciation of *ph* in the English word "**physics**":

  (70) chính **ph**ủ [*cheenh² foo⁴*] "government" – luật **ph**áp [*lwut⁶ fap⁴*] "law"

- The consonant represented by the letter **r** is approximately equivalent to *r* in the English word "**rod**":

  (71) **r**anh giới [*rănh¹ yuhy²*] "boundary" – **r**út quân [*root² kwun¹*] "to withdraw the troops"

- The consonant represented by the letter **s** is approximately equivalent to *s* in the English word "**sugar**":

  (72) lịch **s**ử [*leech⁶ shử⁴*] "history" – nguyên **s**oái [*ngwyen¹ shwie²*] "marshal"

- The consonant represented by the letter **t** is approximately equivalent to *t* in the English word "**stone**":

  (73) **t**ổ chức [*toh⁴ chŭk²*] "organization" – tiền **t**uyến [*tyehn⁵ twyehn²*] "frontline"

- The consonant represented by the letters **th** is approximately equivalent to *th* in the English word "**thyme**":

  (74) **th**ống nhất [*thohngm² nhut²*] "to unify" – **th**ành phố [*thănh⁵ foh²*] "city"

- The consonant represented by the letters **tr** is approximately equivalent to *tr* in the English word "**tree**":

  (75) **tr**ung lập [*troongm¹ lup⁶*] "non-aligned" – bành **tr**ướng [*bănh⁵ trŭuhng²*] "to expand"

- The consonant represented by the letter **v** is approximately equivalent to *v* in the English word "**vain**":

  (76) **v**ương quốc [*vŭuhng¹ kwohk²*] "kingdom" – vẻ **v**ang [*ve⁴ vang¹*] "glorious"

- The consonant represented by the letter **x** is approximately equivalent to *s* in the English word "sun":

  (77) **x**ã hội [*xa³ hohy⁶*] "society" – **x**iềng **x**ích [*syehng⁵ seech²*] "chains"

2.6 The tone system

Vietnamese is a tonal language. There are six tones in standard Vietnamese, while several dialects recognize only four or five of them. Recognizing all the tones, however, does help with the distinction of meanings of the words bearing different tones.

- **The mid-high-level tone** (coded with number 1 in the guiding pronunciations) is a "normal" pitch, almost unrecognizable. No accent mark is used for this tone in spelling.

  (78) biên cương [*byehn¹ küuhng¹*] "border areas" – quân vương [*kwun¹ vüuhng¹*] "king"

- **The high-rising tone** (coded with number 2 in the guiding pronunciations) is a high pitch that goes up during the pronunciation of a word. The *acute* (´) is used to represent this tone in spelling. In Vietnamese, it is called **dấu sắc** ("sharp accent mark").

  (79) kết thúc [*keht² thookp²*] "to end" – chiến đấu [*chyehn² dohw²*] "to fight"

- **The high-rising-glottalized tone** (coded with number 3 in the guiding pronunciations) is a high pitch that is "broken" in the middle during the pronunciation. The *tilde* (˜) is used to represent this tone in spelling. In Vietnamese, it is called **dấu ngã** ("tumbling accent mark").

  (80) vĩnh viễn [*veenh³ vyehn³*] "eternal" – bỡ ngỡ [*buh³ nguh³*] "out of place"

- **The low-rising tone** (coded with number 4 in the guiding pronunciations) is a low pitch that goes up during the pronunciation of a word. The *hook-above* (ˀ) is used to represent this tone in spelling. In Vietnamese, it is called **dấu hỏi** ("question accent mark").

  (81) tỉ mỉ [*tee⁴ mee⁴*] "meticulous" – kể lể [*keh⁴ leh⁴*] "to recite"

- **The low-falling tone** (coded with number 5 in the guiding pronunciations) is a low pitch that goes down during the pronunciation of a word. The *grave* (`) is used to represent this tone in spelling. In Vietnamese, it is called **dấu**

huyền ("deep accent mark").

(82) hoà bình [*hwa⁵ beenh⁵*] "peace" – thành trì [*thănh⁵ tree⁵*] "citadel"

- **The low-falling-constricted tone** (coded with number **6** in the guiding pronunciations) is a low pitch that goes down until it gets "stuck" during the pronunciation of a word. The *dot-below* (.) is used to represent this tone in spelling. In Vietnamese, it is called **dấu nặng** ("heavy accent mark").

(83) nhiệm vụ [*nhyehm⁶ voo⁶*] "mission" – lực lượng [*lŭk⁶ lŭuhng⁶*] "force"

The six tones can conceptually be represented using a musical staff with arrows (their positions on the staff corresponding to their pitch levels) as follows:

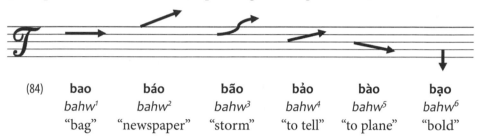

(84)	**bao**	**báo**	**bão**	**bảo**	**bào**	**bạo**
	bahw¹	*bahw²*	*bahw³*	*bahw⁴*	*bahw⁵*	*bahw⁶*
	"bag"	"newspaper"	"storm"	"to tell"	"to plane"	"bold"

2.7 Syllable structure

A syllable is a unit of pronunciation and is considered "full" if it consists of a *beginning part* (for consonant sounds), a *middle part* (for vowel, diphthong or triphthong sounds) and an *ending part* (for consonant sounds).

(85) nước [*nŭuhk²*] "water/country" – sông [*shohngm¹*] "river"
n-ướ-c   **s-ô-ng**

A syllable or word can just contain a beginning part and a middle part. In the division below the words, the missing part is shown with the symbol Ø:

(86) trời [*truhy⁵*] "heaven" – nhà [*nha⁵*] "home"
tr-ời-Ø   **nh-à-Ø**

Some syllables or words contain a middle part and an ending part:

(87) ăn [*ăn¹*] "to eat" – uống [*wohng²*] "to drink"
Ø-ă-n   **Ø-uố-ng**

There are also syllables or words that contain only a middle part:

(88) ai [*ie¹*] "who" – à [*a⁵*] "ah"
       Ø-**ai**-Ø   Ø-**à**-Ø

Syllables are usually meaningless. When a syllable also bears a meaning, it is considered a word. Vietnamese is often incorrectly referred to as a monosyllabic language. While it is true that there are a great number of words containing one syllable, there also exist words with two syllables:

(89) bao la [*baw¹ la¹*] "immense" – gập ghềnh [*gup⁶ gehnh⁵*] "rugged"

There are a few rare words with three syllables:

(90) giáp lá cà [*yap² la² ka⁵*] "hand-to-hand" (combat style) – hầm bà lằng [*hum⁵ ba⁵ lăng⁵*] "hodgepodge"

2.8 Pronunciation and spelling

Although Vietnamese words are usually described as "written like pronounced," there are many instances where spellings do not always go hand in hand with pronunciations. The following are the most common cases:

2.8.1 Several letters representing the same sound

The three letters **c**, **k**, and **q** represent the sound "k" (as in "kettle"), each of which is chosen by the letters that follow:

- "c" is used before the letters **a**, **ă**, **â**, **o**, **ô**, **ơ**, **u**, **ư** and at the end of a word.

   (91) **c**á [*ka²*] "fish" – **c**ắn [*kăn²*] "to bite" – **c**âu [*kohw¹*] "sentence" – **c**ó [*kah²*] "to have" – **c**ố [*koh²*] "to try" – **c**ú [*koo²*] "owl" – **c**ứ [*kŭ²*] "just" – má**c** [*mak²*] "scimitar"

- "k" is used before the letters **i**, **y**, **e**, **ê**.

   (92) **k**ính [*keenh²*] "glass" – **k**ý **k**ết [*kee² keht²*] "to sign" – **k**éo [*kew²*] "to pull"

- "q" is used before **u**, followed by most other vowel letters (except **o**, **ư**).

   (93) **qu**ân [*kwun¹*] "soldier" – **qu**en [*kwen²*] "familiar" – **qu**a [*kwa¹*] "to cross" – **qu**ê [*kweh¹*] "countryside" – **qu**ýnh **qu**íu [*kweenh² kweew²*] "beside oneself" – **qu**ốc gia [*kwohk² ya²*] "nation"

The letters **d** and **gi** represent the sound "z" (in the northern dialects) and "y" (in most central and southern dialects, which is used in the guiding pronunciations in this book). Whether a word is spelled with **d** or **gi** is determined by its meaning, which is also prompted by the context in which it is used.

(94) **d**ành cho [*yănh⁵ chah¹*] "intended for" – **gi**ành lại [*yănh⁵ lie⁶*] "to win back" – **d**ì [*yee⁵*] "maternal aunt" – **gì** [*yee⁵*] "what"

The letters **i** and **y** both represent the sound "ee" when alone, in words whose spelling with either of them, like in the case of **d** and **gi**, is determined by their meaning:

(95) **l**i ti [*lee¹ tee¹*] "tiny" – **l**y kỳ [*lee¹ kee⁵*] "sensational" – ti mi [*tee⁴ mee⁴*] "meticulous" – t**ỷ** phú [*tee⁴ foo²*] "billionaire"

2.8.2 One letter representing several sounds

- "**a**" represents an open vowel when alone or followed by most other letters:

(96) quốc c**a** [*kwok² ka²*] "national anthem" – c**ả**i thiện [*kie⁴ thyehn⁶*] "to improve" – miền N**a**m [*myehn⁵ nam¹*] "the South"

- "**a**" also represents a short vowel when followed by **nh** or **ch**:

(97) hành quân [*hănh⁵ kwun¹*] "military march" – cách thức [*kăch² thŭk²*] "method"

- "**a**" represents an "uh" sound (a glide) after a vowel:

(98) ngày x**ưa** [*ngăy⁵ sŭuh¹*] "old times" – đằng ki**a** [*dăng⁵ keeuh¹*] "over there" – vu**a** chúa [*voouh¹ choouh²*] "kings and lords"

- "**i**" represents a full vowel when alone, followed by a glide or one or more consonant letters:

(99) v**ị** trí [*vee⁶ tree⁶*] "position" – đ**i**u hiu [*deew⁵ heew¹*] "gloomy" – k**i**nh tế [*keenh¹ teh²*] "economy"

- "**i**" represents a "y" sound (a glide) when preceding **ê** or following a full vowel:

(100) ch**i**ến đấu [*chyehn² dohw²*] "to fight" – cả**i** cách [*kie⁴ kăch²*] "to reform"

- "**o**" represents a full vowel sound when alone or followed by one or more consonant letters, or by **i**:

(101) b**ỏ** cuộc [*bah⁴ kwohk⁶*] "to give up" – ch**ọ**n lựa [*chahn⁶ lŭuh⁶*] "to pick and choose" – đ**ò**i hỏi [*dahy⁵ hahy⁴*] "to demand"

- "o" represents a "w" sound (a glide) when followed by **a**, **ă**, **e** or when preceded by **a**:

  (102) h**o**à giải [*hwa⁵ yie⁴*] "to reconcile" – h**o**ạ h**o**ằn [*hwa⁶ hwăn⁵*] "seldom" – kh**oe** khoang [*khwe¹ khwang¹*] "to brag" – bả**o** vệ [*baw⁴ veh⁵*] "to protect"

- "u" represents a full vowel sound when alone or followed by one or more consonant letters, or by most other vowel letters:

  (103) th**ủ** tướng [*thoo⁴ tŭuhng²*] "prime minister" – th**u**a trận [*thoouh¹ trun⁶*] "to lose a battle" – c**u**ng tên [*koongm¹ tehn¹*] "bow and arrow"

- "u" represents a "w" sound (a glide) when following a **q**, preceding **â**, **ê**, **y**, or when following **a** and **â**:

  (104) q**u**ân sự [*kwun¹ shŭ⁶*] "military" – h**u**ân chương [*hwun¹ chŭuhng¹*] "medal" – h**u**y hiệu [*hwee¹ hyehw⁶*] "insignia" – ân h**u**ệ [*un¹ hweh⁶*] "favor" – tà**u** chiến [*tăw⁵ chyehn²*] "battleship" – cầ**u** viện [*kohw⁵ vyehn⁶*] "to ask for assistance"

- "y" represents a full vowel when alone or following **u**:

  (105) công t**y** [*kohngm¹ tee¹*] "company" – qu**ý** báu [*kwee² băw²*] "precious" – h**u**y chương [*hwee¹ chŭuhng¹*] "medal"

- "y" represents the sound "y" (a glide) when between **u** and **ê**, or after **a** and **â**:

  (106) tru**y**ền ngôi [*trwyehn⁵ ngohy¹*] "to pass the throne" – xâ**y** dựng [*say¹ yŭng⁶*] "to build"

2.8.3 A consonant letter not representing any sound in some spellings

The letter **h** does not represent any sound (i.e., it is muted) when used between **g** or **ng** and **i**, **e**, **ê**:

  (107) g**h**i công [*gee¹ kohngm¹*] "to acknowledge an accomplishment" – g**h**é qua [*ge² kwa¹*] "to stop over" – ng**h**ề ng**h**iệp [*ngeh⁵ nghyehp⁶*] "profession"

2.8.4 Sounds not represented by any letter

When the vowels **o**, **ô** and **u** are followed by **c** or **ng**, the pronunciation of the words that contain them includes the sounds "p" and "m," respectively. These "additional" sounds are not represented by the letters **p** and **m** in the spelling. In the examples that follow, the additional sounds are shown as superscript letters in parentheses for recognition purposes only:

(108) bài h**ọc**⁽ᵖ⁾ [*bie⁵ hahkp⁶*] "lesson" – c**ộng**⁽ᵐ⁾ sản [*kohngm⁶ shan⁴*] "communist" – l**ục**⁽ᵖ⁾ địa [*lookp⁶ deeuh⁶*] "continent" – c**ung**⁽ᵐ⁾ tên [*koongm¹ tehn¹*] "bow and arrow"

PRACTICE EXERCISES

A. Vowel sounds

In the following sentences, underline the letters in the words where they represent *full vowel sounds*, not glides (semi-vowels).

1. Hà Nội, trước đây có tên là Thăng Long, có lịch sử hơn một ngàn năm.
   Hanoi, formerly known as Thang Long, has a history of more than one thousand years.

2. Vĩ tuyến 17 là nơi chia cắt Việt Nam ra thành hai miền trong chiến tranh Việt Nam.
   The 17th Parallel is where Vietnam was divided into two regions during the Vietnam War.

3. Có tổng cộng bốn thời kỳ Bắc thuộc ở Việt Nam, kéo dài đến đầu thế kỷ 15.
   Vietnam was under Chinese rule during four periods, which lasted until the beginning of the 15th century.

4. Nước Đại Việt, tên cũ của Việt Nam, đã ba lần đánh bại quân Nguyên Mông trong thế kỷ 13.
   The nation of Dai Viet, one of Vietnam's former names, defeated the Mongolian invaders three times during the 13th century.

5. Việt Nam đã sáp nhập Vương quốc Champa vào lãnh thổ của mình ở miền Trung vào đầu thế kỷ 19.
   Vietnam annexed the Kingdom of Champa to its territory in the Central in the beginning of the 19th century.

B. Glide sounds

In the following sentences, underline the words in which the letters **a, i, o, u, ư** and **y** represent *glide sounds*, not full vowels.

1. Các vị vua Hùng đã xây dựng nước Việt Nam mà chúng ta có ngày nay.
   The Hung Kings had built what we have as Vietnam nowadays.

2. Từ 1954 đến 1975, hoà bình chưa bao giờ thực sự hiện diện giữa hai miền Nam Bắc.

   From 1954 to 1975, peace never really existed between the North and the South.

3. Người Pháp đã đô hộ ba nước Đông Dương là Cam Bốt, Lào và Việt Nam trong gần một thế kỷ.

   The French dominated the three Indochinese countries, namely Cambodia, Laos and Vietnam, for nearly a century.

4. Hoa Kỳ, Liên Xô và Trung Quốc là ba nước lớn có dính líu đến chiến tranh Việt Nam.

   The United States, the Soviet Union and China were the three powers involved in the Vietnam War.

5. Hiệp Định Genève năm 1954 đã chia cắt Việt Nam thành hai miền Nam Bắc.

   The 1954 Geneva Agreements divided Vietnam into the North and the South.

C. From tones to diacritics.

For each of the words, which might or might not bear tone diacritics, in the following sentences, base yourself on the accompanying guiding pronunciations to add the corresponding tone diacritics where necessary. *Read the sentences out loud when finished with the task, paying close attention to the tones.*

The Trưng Sisters (c. 14–43) ruled for three years, fighting against the first Chinese domination of Vietnam.

1. Hai Ba Trưng la anh thư cua dân tôc Việt Nam, đa chông lai nha Đông Han trong
   cac thơi ky Băc thuôc đâu tiên.
   hie¹ ba⁵ trŭng¹ la⁵ ănh¹ thŭ¹ koouh⁴ vyeht⁶ nam¹ da³ chohngm² lie⁶ nha⁵ dohngm¹
   han² trahngm¹ kak² thuhy⁵ kee⁵ băk² thwohk⁶ dohw⁵ tyehn¹
   The Trung Sisters, heroines of the Vietnamese people, resisted the Eastern Han
   dynasty during the first periods of Chinese domination.

2. Trân thuy chiên ơ Bach Đăng la chiên thăng ve vang đôi vơi nha Nam Han do
   Ngô Quyên chi huy, châm dưt môt ngan năm bi giăc Tau đô hô.
   trun⁶ thwee³ chyehn² uh⁴ băch⁶ dăng⁵ la⁵ chyehn² thăng² ve⁴ vang¹ dohy² vuhy²
   nha⁵ nam¹ han² chum² yŭt² moht⁶ ngan⁵ năm¹ bee⁶ yăk⁶ tăw⁵ doh¹ hoh⁶
   The naval battle at Bach Dang was a glorious victory over the Southern Han
   Dynasty, led by Ngo Quyen, ending one thousand years of Chinese rule.

3. Trong thơi gian chiên tranh, miên Băc Việt Nam theo chê đô công san, con miên
   Nam theo chê đô công hoa.
   trahngm¹ thuhy⁵ yan¹ chyehn² trănh¹ myehn⁵ băk² vyeht⁶ nam¹ thew¹ cheh² doh⁶
   kohngm⁶ shan⁴ kahn⁵ myehn⁵ nam¹ thew¹ cheh² doh⁶ kohngm⁶ hwa⁵
   During wartime, North Vietnam was under communism and South Vietnam
   was a republic.

4. Sai Gon la thu đô cua nươc Việt Nam Công Hoa tư năm 1954 đên năm 1975.
   shie⁵ gahn⁵ la⁵ thoo⁴ doh¹ koouh⁴ nŭuhk² vyeht⁶ nam¹ kohngm⁶ hwa⁵ tŭ⁵ năm¹
   1954 dehn² năm¹ 1975
   Saigon was the capital of the Republic of Vietnam from 1954 to 1975.

5. Huê được mênh danh la cô đô vi đây la nơi co triêu đinh cua cac vua chua thơi
   phong kiên tư thê ky 17 đên giưa thê ky 20.
   hweh² dŭuhk⁶ mehnh⁶ yănh¹ la⁵ koh² doh¹ vee⁵ day¹ la⁵ nuhy¹ kah² tryehw⁵ deenh⁵
   koouh⁴ kak² voouh¹ choouh² thuhy⁵ fahngm¹ kyehn² tŭ⁵ theh² kee⁴ 17 dehn² yŭuh⁴
   theh² kee⁴ 20
   Hue is known as the old capital because it was the place for royal courts from the
   17ᵗʰ century until the mid-20ᵗʰ century.

PROVERB – TỤC NGỮ
Uống nước nhớ nguồn

Brooks and springs in the countryside add natural beauty to all regions:
the North, the Central and the South.

LITERAL MEANING
When drinking water (from a brook), you should think of where the source begins.

FIGURATIVE MEANING
You should be grateful for everything you have in life.

CULTURAL ASPECT
Vietnamese kids are taught about gratefulness, among other virtues, since very young at school. They are reminded that it was the Hung Kings who founded what is Vietnam today, and that they should do well at school and become good citizens to defend the great nation handed down to them by the legendary kings.

TOPICAL VOCABULARY – TỪ VỰNG THEO CHỦ ĐỀ

NOUNS – DANH TỪ

bạo quyền   tyranny
binh sĩ   soldier
chế độ   regime
chiến địa   battle ground
chiến lược   strategy
chiến thắng   victory
chiến tranh   war
chính phủ   government
chính trị   politics
cung điện   palace
cường quốc   powerful nation
đăng quang   coronation
đình chiến   truce
hiệp định   pact
hoà bình   peace
hoà ước   peace treaty
kinh đô   capital city
kỷ nguyên   era
lãnh chúa   landgrave
lịch sử   history
nguyên soái   marshal
nội chiến   civil war
phong trào   movement
quân địch   enemy
quân đội   army
quốc ca   national anthem
quốc khánh   National Day
thế kỷ   century
thời kỳ   period
thủ phủ   metropolis
thuộc địa   colony
tổ quốc   fatherland

vua chúa   kings and lords
xứ sở   land

ADJECTIVES – TÍNH TỪ

chuyên chế   totalitarian
cộng hoà   republican
cộng sản   communist
hiểm nghèo   perilous
hợp pháp   legitimate
khôn khéo   tactful
phản nghịch   traitorous
vẻ vang   glorious
vĩnh viễn   eternal
yên bình   peaceful

VERBS – ĐỘNG TỪ

cai trị   to rule
chiếm đóng   to occupy
cứu nước   to save the nation
dánh đuổi   to fight off
đô hộ   to dominate
khởi nghĩa   to revolt
ngự trị   to reign
nhập ngũ   to join the army
nối ngôi   to succeed to the throne
quy hàng   to surrender
thoái vị   to abdicate
thống nhất   to unify
thua trận   to lose a battle
truyền ngôi   to pass the throne
tuẫn tiết   to die a martyr
xâm lược   to invade

CHAPTER 3

Parts of Speech &
Sentence Structure
Từ Loại & Cấu Trúc Câu

Food Culture – *Ẩm Thực*

Phở, Vietnamese world-famous noodle soup, can be
heartily enjoyed for breakfast, lunch or dinner.

Also called "word classes," parts of speech in Vietnamese are, for the most part, similar to those of many languages in the world and, of course, with their own peculiarities. On the other hand, while sentences in Vietnamese share many common features with other languages, they also display several unique characteristics that are of special interest for learners of the language.

3.1 Parts of speech

Words in Vietnamese are classified into ten types: Nouns, classifiers, pronouns, adjectives, verbs, adverbs, prepositions, conjunctions, particles and interjections.

3.1.1 Nouns

Nouns (**danh từ** in Vietnamese) are identified as concrete nouns (referring to people, animals or objects) and abstract nouns (referring to ideas, states or situations).

(1) Concrete nouns: đầu bếp [*dohw⁵ behp²*] "cook, chef" – thức ăn [*thŭk² ăn¹*] "food" – thức uống [*thŭk² wohng²*] "beverage, drink" – thịt gà [*theet⁶ ga⁵*] "chicken" – rau cải [*răw¹ kie⁴*] "vegetables" – cơm [*kuhm¹*] "steam rice"

(2) Abstract nouns: việc nấu nướng [*vyehk⁶ nohw² nŭuhng²*] "cooking" – sự ăn kiêng [*shŭ⁶ ăn¹ kyehng¹*] "dieting" – cơn đói [*kuhn¹ dahy²*] "hunger" – cơn khát [*kuhn¹ khat²*] "thirst"

A detailed classification of nouns can be found in Chapter 5.

3.1.2 Classifiers

Classifiers (**loại từ** in Vietnamese) are a type of nouns that are used to introduce other nouns to suggest what category of nouns they belong to, such as people, animals, fruits and other types of objects. There are a great number of classifiers in Vietnamese, the most common of which are listed below:

- The noun **người** "person" is usually used as a classifier before another noun, to refer to a person:

  (3) người thầy [*ngŭuhy⁵ thay⁵*] "teacher" – người cha [*ngŭuhy⁵ cha¹*] "father" – người thợ [*ngŭuhy⁵ thuh⁶*] "worker" – người tài xế [*ngŭuhy⁵ tie⁵ seh²*] "driver"

- **Cái** is used before a noun to refer to an object:

  (4) cái nồi [*kie² nohy⁵*] "cooking pot" – cái muỗng [*kie² mwohng³*] "spoon" – cái chén [*kie² chen²*] "bowl" – cái lò [*kie² lah⁵*] "stove"

- **Cây** is used before nouns to refer to trees, plants or, by extension, to objects that have the shape of a stick:

  (5) cây xoài [*kay¹ swie⁵*] "mango tree" – cây hoa lan [*kay¹ hwa¹ lan¹*] "orchid plant" – cây bút [*kay¹ boot²*] "pen" – cây thước [*kay¹ thŭuhk²*] "ruler"

- **Con** is used before nouns to refer to animals, some objects or bodies of water:

  (6) con heo [*kahn¹ hew¹*] "pig" – con bò [*kahn¹ bah⁵*] "cow" – con dao [*kahn¹ yahw¹*] "knife" – con đường [*kahn¹ dŭuhng⁵*] "road, street" – con suối [*kahn¹ shwohy²*] "brook" – con sông [*kahn¹ shohngm¹*] "river"

- **Viên** is used before nouns to refer to objects with small, round shapes:

  (7) viên kẹo [*vyehn¹ kew⁶*] "piece of candy" – viên thuốc [*vyehn¹ thwohk²*] "pill" – viên đạn [*vyehn¹ dan⁶*] "bullet" – viên phấn [*vyehn¹ fun²*] "piece of chalk"

- **Chiếc** is used before nouns to refer to means of transportation or an object in a pair:

  (8) chiếc xe [*chyehk² se¹*] "vehicle" – chiếc thuyền [*chyehk² thwyehn⁵*] "boat" – chiếc máy bay [*chyehk² măy² băy¹*] "airplane" – chiếc giày [*chyehk² yăy⁵*] "shoe" – chiếc vớ [*chyehk² vuh²*] "sock"

- **Đôi** is used before nouns to refer to people or objects in a pair:

  (9) đôi trai gái [*dohy¹ trie¹ gie²*] "couple" – đôi vợ chồng [*dohy¹ vuh⁶ chohngm⁵*] "husband and wife" – đôi đũa [*dohy¹ doouh³*] "pair of chopsticks" – đôi giày [*dohy¹ yăy⁵*] "pair of shoes"

- **Cuốn** is used before nouns to refer to objects that come in rolls or, by extension, to books and other related products:

  (10) cuốn phim [*kwohn² feem¹*] "movie, film" – cuốn nem nướng [*kwohn² nem¹ nŭuhng²*] "grilled-pork roll" – cuốn vở [*kwohn² vuh⁴*] "notebook" – cuốn sách [*kwohn² shăch²*] "book"

- **Căn** is used before nouns to refer to small or medium-sized units of dwelling:

  (11) căn nhà [*kăn¹ nha⁵*] "house" – căn phòng [*kăn¹ fahngm⁵*] "room" – căn chung cư [*kăn¹ choongm¹ kŭ¹*] "apartment" – căn phố [*kăn¹ foh²*] "business suite"

- **Ngôi** is used before nouns to refer to large units of dwelling or public/religious facilities:

  (12) ngôi nhà [*ngohy¹ nha⁵*] "big house; manor" – ngôi đền [*ngohy¹ dehn⁵*] "temple" – ngôi chùa [*ngohy¹ choouh⁵*] "Buddhist temple" – ngôi giáo đường [*ngohy¹ yahw² dŭuhng⁵*] "church"

- **Toà** is used for very large units of dwelling or public/religious facilities:

(13) toà nhà [*twa⁵ nha⁵*] "mansion; building" – toà lâu đài [*twa⁵ lohw¹ die⁵*] "palace" – toà thị chính [*twa⁵ thee⁶ cheenh²*] "city hall" – Toà Thánh [*twa⁵ thănh²*] "the Holy See"

The specific usage of classifiers is discussed in Chapter 5.

3.1.3 Pronouns

Pronouns (**đại danh từ** in Vietnamese) are words that replace nouns to avoid repetition in most contexts. In several cases, what is thought to be a pronoun actually comes from another part of speech or is a combination of more than one word. For example, the so-called pronoun **tôi** ("I") is in fact a noun that means "servant"; or **anh ấy** ("he") is a combination of the noun **anh** ("older brother") and the adjective **ấy** ("that").

Some pronouns in the singular form can be turned into plural with the addition of a plural marker:

(14) tôi [*tohy¹*] "I, me" → **chúng** tôi [*choongm² tohy¹*] "we, us" – anh [*ănh¹*] "you/singular" → **các** anh [*kak² ănh¹*] "you/plural" – ai [*ie¹*] "who/singular" → **những** ai [*nhŭng³ ie¹*] "who/plural" – gì [*yee⁵*] "what/singular" ⃰ **những** gì [*nhŭng³ yee⁵*] "what/plural"

A detailed classification of pronouns can be found in Chapter 5.

3.1.4 Adjectives

Adjectives (**tính từ** in Vietnamese) are words that describe or modify nouns. It is noteworthy to point out that in Vietnamese, a large number of adjectives follow the nouns:

(15) cơm **chiên** [*kuhm¹ chyehn¹*] "fried rice" – thức ăn **nhanh** [*thŭk² ăn¹ nhănh¹*] "fast food" – nước **lạnh** [*nŭuk² lănh⁶*] "drinking water" – tiệm ăn **này** [*tyehm⁶ ăn¹ năy⁵*] "this restaurant" – tuần **trước** [*twun⁵ trŭuhk²*] "last week"

Other types of adjectives do precede nouns, such as numerals or quantifiers:

(16) **ba** món ăn [*ba¹ mahn² ăn¹*] "three dishes" – **vài** ly rượu nho [*vie⁵ lee¹ rŭuhw⁶ nhah¹*] "a couple of glasses of wine" – **mấy** loại gia vị [*may² lwie⁶ ya¹ vee⁶*] "a few kinds of spice"

Adjectives of Chinese origin are usually used before nouns (which are also of Chinese origin):

(17) **tân** tổng thống [*ʟun¹ tohngm⁴ thohngm²*] "new president" – **cựu** thủ tướng [*kŭw⁶ thoo⁴ tŭuhng²*] "former prime minister" – **tiểu** sử [*tyehw⁴ shŭ⁴*] "biography" – **đại** dịch [*die⁶ yeech⁶*] "pandemic"

Specific types of adjectives in Vietnamese are discussed in Chapter 7.

3.1.5 Verbs

Verbs (**động từ** in Vietnamese) are words that express actions done—or states experienced—by a person or thing in a sentence. In most cases, verbs in Vietnamese operate just like in the majority of other languages, i.e., they follow the subject of the sentence:

(18) a. Người Việt **ăn** cơm trong các bữa chính.
  ngŭuhy⁵ vyeht⁶ ăn¹ kuhm¹ trahngm¹ kak² bŭuh³ cheenh²
  The Vietnamese eat rice in the main meals.

  b. Cô **cảm thấy** đói bụng chưa?
  koh¹ kam⁴ thay² dahy² boongm⁶ chŭuh¹
  Do you feel hungry yet?

To use a verb in the negative sense, a negative word is added before it:

(19) Tôi **không** uống nước trong bữa ăn.
  tohy¹ khohngm¹ wohng² nŭuhk² trahngm¹ bŭuh³ ăn¹
  I don't drink water during a meal.

The verb **thì** ("to be"), followed by an adjective, is usually omitted in most contexts, unless the speaker (or writer) wants to emphasize the adjective or contrast it with a previous statement.

(20) a. Phở bò rất ngon.
  fuh⁴ bah⁵ rut² ngahn¹
  Beef noodles (are) very tasty.

  b. Món canh này mặn quá, còn món xào **thì** hơi lạt.
  mahn² kănh¹ năy⁵ măn⁶ kwa² kahn⁵ mahn² sahw⁵ thee⁵ huhy¹ lat⁶
  This soup (is) too salty, while the stir-fried dish is kind of bland.

More discussion of verbs is found in Chapter 6.

3.1.6 Adverbs

Adverbs (**trạng từ** in Vietnamese) are words that modify a verb, an adjective, another adverb, a phrase or a whole sentence.

(21) a. [Làm bếp] **giỏi** (*Adverb modifying a verb*)
   lam⁵ behp² yahy⁴
   to cook well

   b. [ngon] **lắm** (*Adverb modifying an adjective*)
   ngahn¹ lăm²
   very delicious

   c. nướng thịt **rất** [khéo] (*Adverb modifying another adverb*)
   nŭuhng² theet⁶ rut² khew²
   to grill meat very skillfully

   d. làm **hoàn toàn** [bằng tay] (*Adverb modifying a phrase*)
   lam⁵ hwan⁵ twan⁵ băng⁵ tăy¹
   made completely by hand

   e. **Thật ra**, [nấu cơm ngon không phải là dễ] (*Adverb modifying a sentence*)
   thut⁶ ra¹ nohw² kuhm¹ ngahn¹ khohngm¹ fie⁴ la⁵ yeh³
   In fact, making good rice is not easy.

A specific classification of adverbs is found in Chapter 8.

3.1.7 Prepositions

Prepositions (**giới từ** in Vietnamese) are words that precede a noun, a pronoun, an adverb or a preposition phrase and connect them with the rest of a sentence.

(22) a. **trong** [bữa ăn] (*Preposition preceding a noun*)
   trahngm¹ bŭuh³ ăn¹
   during the meal

   b. **của** [chúng tôi] (*Preposition preceding a pronoun*)
   koouh⁴ choongm² tohy¹
   of us (*"our"*)

   c. **từ** [bây giờ] (*Preposition preceding an adverb*)
   tŭ⁵ bay¹ yuh⁵
   from now

   d. **đến** [trước bữa sáng] (*Preposition preceding a prepositional phrase*)
   dehn² trŭuhk² bŭuh³ shang²
   until before breakfast

More discussion of prepositions is found in Chapter 10.

3.1.8 Conjunctions

Conjunctions (**liên từ** in Vietnamese) are words that connect two elements of the same class.

(23) a. [thịt heo] **và** [thịt bò] (*Conjunction connecting two nouns*)
theet⁶ hew¹ va⁵ theet⁶ bah⁵
pork and beef

b. [anh] **với** [tôi] (*Conjunction connecting two pronouns*)
ănh¹ vuhy² tohy¹
you and I

c. [thấm tháp] **nhưng** [hơi dai] (*Conjunction connecting two adjectives*)
thum² thap² nhŭng¹ huhy¹ yie¹
juicy but a bit chewy

d. [luộc] **hay** [hấp] (*Conjunction connecting two verbs*)
lwohk⁵ hăy¹ hup²
to boil or steam

e. [bằng điện thư] **hoặc** [qua điện thoại] (*Conjunction connecting two phrases*)
băng⁵ dyehn⁶ thư¹ hăy¹ kwa¹dyehn⁶ thwie⁶
by email or over the phone

f. [Tôi nghĩ] **rằng** [hải sản rất bổ dưỡng] (*Conjunction connecting two clauses*)
tohy¹ ngee³ răng⁵ hie⁴ shan⁴ rut² boh⁴ yŭuhng³
I think seafood is very nutritious.

More discussion of conjunctions is found in Chapter 10.

3.1.9 Particles

Particles (**tiểu từ** in Vietnamese) are words used in spoken Vietnamese that add nuances to a phrase or a sentence, such as respect, politeness and other attitudes. While not always essential to the sentence, particles are important for proper discourse.

(24) a. **Dạ**, phải. (*Particle expressing respect*)
ya⁶ fie⁴
Right.

   b. Cô chưa ăn cơm **à**? (*Particle signaling a question*)
     koh¹ chŭuh¹ ăn¹ kuhm¹ a⁵
     You haven't eaten, have you?

   c. Ba giờ rồi **ạ**. (*Particle expressing respect*)
     ba¹ yuh⁵ rohy⁵ a⁶
     It's already 3 o'clock.

   d. Chị đang nấu món gì **vậy**? (*Particle expressing curiosity*)
     chee⁶ dang¹ nohw² mahn² yee⁵ vay⁶
     What dish are you making?

   e. Anh nếm thử món này **đi**! [(*Particle expressing encouragement*)
     ănh¹ nehm² thŭ⁴ mahn² năy⁵ dee¹
     Go ahead and taste this dish!

   f. Ai **mà** biết! (*Particle indicating emphasis*)
     ie¹ ma⁵ byeht²
     Who knows!

A detailed discussion of particles is found in Chapter 9.

3.1.10 Interjections

Interjections (**tán thán từ** in Vietnamese) are independent words or phrases that a speaker or writer adds to an utterance to express a wide range of emotions.

(25) a. **Ủa,** anh đến đây hồi nào vậy? (*Interjection expressing surprise*)
     oouh⁴ ănh¹ dehn² day¹ hohy⁵ nahw⁵ vay⁶
     Ooh, when did you get here?

   b. **Trời ơi,** mì ở đây dở thật! (*Interjection expressing disappointment*)
     truhy⁵ uhy¹ mee⁵ uh⁴ day¹ yuh⁴ thut⁶
     O God, egg noodles are really bad here!

   c. **Ui da,** tô cháo này nóng quá! (*Interjection expressing pain*)
     ooy¹ ya¹ toh¹ chahw² năy⁵ nahngm² kwa²
     Ouch, this bowl of porridge is so hot!

   d. **À,** cô có bao giờ uống nước mía chưa? (*Interjection introducing a change of subject*)
     a⁵ koh¹ kah² bahw¹ yuh⁵ wohng² nŭuhk² meeuh² chŭuh¹
     Oh, have you ever drunk sugarcane juice?

More information about interjections can be found in Chapter 10.

3.2 Types of sentences

Vietnamese sentence structure shares a common word order with many languages in the world, namely Subject – Verb – Object. Sentences are broken down into the following types:

3.2.1 Declarative sentences

Declarative sentences are also called "statements." They can be either affirmative or negative.

(26) a. Người Việt **biết** đến bánh mì khi thực dân Pháp đến vào thế kỷ thứ 19.
        *ngŭuhy⁵ vyeht⁶ byeht² dehn² bănh² mee⁵ khee¹ thŭk⁶ yun¹ fap² dehn²
        vahw⁵ theh² kee⁴ thŭ² mŭuhy⁵ cheen²*
        The Vietnamese people were introduced to bread when the French
        colonialists arrived in the 19th century.

   b. Nhiều người Việt **không** thích ăn bánh mì với bơ.
        nhyehw⁵ ngŭuhy⁵ vyeht⁶ khohngm¹ theech² ăn¹ bănh² mee⁵ vuhy² buh¹
        Many Vietnamese do not like to eat bread with butter.

Bánh mì, the popular Vietnamese sandwich whose name was added to the Oxford English Dictionary in 2011, is typical of a French-Vietnamese fusion, usually accompanied by a cup of hot coffee with milk for a nice breakfast.

3.2.2 Interrogative sentences

Interrogative sentences are also called "questions." Besides being interrogative, a question can also be negative.

(27) a. Ông có **thích** nước mắm không?
        ohngm¹ kah² theech nŭuhk² măm² khohngm¹
        Do you like fish sauce?

   b. Ông **không thích** nước mắm à?
        ohngm¹ khohngm¹ theech² nŭuhk² măm² a⁵
        Don't you like fish sauce?

Different types of questions are discussed in Chapter 4.

3.2.3 Imperative sentences

Imperative sentences are also called "commands." In this type of sentences, a subject is used optionally. Like questions, commands can be affirmative or negative.

(28) a. Nướng thịt giùm tôi đi!
          nŭuhng² theet⁶ yoom⁵ tohy¹ dee¹
          Help me grill the meat!

      b. Đừng kho cá mặn quá nhé.
          dŭng⁵ khah¹ ka² măn⁶ kwa² nhe²
          Don't stew the fish with too much salt.

More information about imperative sentences is found in Chapter 6.

3.2.4 Exclamatory sentences

Exclamatory sentences are also called "exclamations," which are used to express a speaker's strong emotions, with the use of exclamatory words or phrases.

(29) a. Mùi sầu riêng nặng **làm sao**!
          mooy⁵ shohw⁵ ryehng¹ năng⁶ lam⁵ shahw¹
          How strong is the smell of durians!

      b. Trái ớt này cay **ơi là** cay!
          trie² uht² năy⁵ kăy¹ uhy¹ la⁵ kăy¹
          How hot is this chili!

      c. Bún bò Huế ngon **quá chừng quá đỗi**!
          boon² bah⁵ hweh² ngahn¹ kwa² chŭng⁵ kwa² dohy³
          How sensationally delicious is Hue-style beef vermicelli!

      d. Món chè ba màu ngọt ngào **thế nào ấy**!
          mahn² che⁵ ba¹ măw⁵ ngaht⁶ ngahw⁵ theh² nahw⁵ ay²
          What a sweet treat is the tricolor dessert!

      e. Tôi mê gỏi cuốn **quá trời**!
          tohy¹ meh¹ gahy⁴ kwohn² kwa² truhy⁵
          How crazy I am about spring rolls!

3.3 Simple sentences

Simple sentences are the ones with *one clause*, which usually consists of a subject, a verb and elements that the verb might need.

(30) Phở là món ăn Việt Nam nổi tiếng trên thế giới.
      fuh⁴ la⁵ mahn² ăn¹ vyeht⁶ nam¹ nohy⁴ tyehng² trehn¹ theh² yuhy²
      Noodle soup is an internationally popular Vietnamese dish.

A simple sentence can also have a secondary verb that adds more meaning to the main verb:

(31) Chị có **thích** uống trà xanh không?
      chee⁶ kah² theech² wohng² tra⁵ sănh¹ khohngm¹
      Do you like to drink green tea?

Some simple sentences can contain up to four verbs, for example:

(32) Cô không **cần cố học nấu** món canh này.
      koh¹ khohngm¹ kun⁵ koh² hahkp⁶ nohw² mahn² kănh¹ năy⁵
      You don't need to try to learn how to make this kind of Vietnamese-style soup.

3.4 Compound sentences

Compound sentences are the ones that contain two *independent clauses*, joined by a conjunction.

(33) a. Miền Bắc có món bún riêu, **còn** miền Nam nổi tiếng về bún mắm.
          *myehn⁵ băk² kah² mahn² boon² ryehw¹ kahn⁵ myehn⁵ nam¹ nohy⁴ tyehng²
          veh⁵ boon² măm²*
          The North has vermicelli with ground crab and the South is known for vermicelli with pickled fish.

      b. Món này người Bắc gọi là bún chả **nhưng** người Nam gọi là bún thịt nướng.
          *mahn² năy⁵ ngŭuhy⁵ băk² gahy⁶ la⁵ boon² cha⁴ nhŭng¹ ngŭuhy⁵ nam¹
          gahy⁶ la⁵ boon² theet⁶ nŭuhng²*
          The Northerners call this dish *cha* vermicelli, but the Southerners call it vermicelli with grilled pork.

      c. Sáng mai chị sẽ dùng đồ hộp để nấu ăn **hay** tôi phải đi chợ mua đồ tươi?
          *shang² mie¹ chee⁶ she³ yoongm⁵ doh⁵ hohp⁶ deh⁴ nohw² ăn¹ hăy¹ tohy¹
          fie⁴ dee¹ chuh⁶ deh⁴ moouh¹ doh⁵ tŭuhy¹*
          Will you use canned food to cook tomorrow, or will I have to go grocery shopping for fresh stuff?

3.5 Complex sentences

Complex sentences are sentences that usually contain a *main clause* and a *subordinate clause,* which are joined by conjunctions. In the following sentences, the subordinate clauses are put in brackets, including the connecting words.

(34) a. Ai cũng biết [**rằng** người Huế thích ăn cay].
ie¹ koongm³ byeht² răng⁵ ngửuhy⁵ hweh² theech² ăn¹ kăy¹
Everyone knows that people from Hue like to eat spicy.

b. Loại rau [**mà** nhà nào cũng thường ăn] là rau muống.
lwie⁶ răw¹ ma⁵ nha⁵ nahw⁵ koongm³ thửuhng⁵ ăn¹ la⁵ răw¹ mwohng²
The type of vegetable that every family often eats is water spinach.

c. [**Nếu** các bạn ghé Đà Nẵng], đừng quên thưởng thức món mì quảng.
*nehw² kak² ban⁶ ghe² da⁵ năng³ dửng⁵ kwehn¹ thửuhng⁴ thửk² mahn²
mee⁵ kwang⁴*
If you guys stop by Da Nang, do not forget to enjoy Quang Nam-style noodles.

A detailed discussion of types of clauses is found in Chapter 11.

PRACTICE EXERCISES

A. Classifiers

Fill in the blanks with the correct classifiers that introduce the nouns provided.

1. _____ nĩa ("fork")

2. _____ tôm ("shrimp")

3. _____ chảo ("frying pan")

4. _____ nướng thịt ("skewer")

5. _____ sách dạy nấu ăn ("cookbook")

6. _____ chả giò ("eggroll")

7. _____ phụ bếp ("assistant cook")

8. _____ chanh ("lemon")

9. _____ xe bán thức ăn ("food truck")

10. _____ đũa ("chopstick")

B. Vocabulary

Fill in the blanks in the following sentences, using the words provided in the list below (their English equivalents are available in the Topical Vocabulary section). Use each word only once.

> **nhà bếp   rượu đế   món tráng miệng   rau cải   gọi   món xào
> cà-phê sữa đá   hấp   canh chua   bữa sáng**

1. Vào _____, người Việt thường ăn xôi, khoai, bánh mì hay cơm chiên.
   For [.....], Vietnamese people usually have sticky rice, roots, bread or fried rice.

2. Chè là một _____ độc đáo mà cô nên nếm thử.
   Sweet soup is a unique [.....] that you should savor.

3. Ở nhà hàng này, chúng ta phải_____ bánh xèo và nem nướng.
   At this restaurant, we have to [.....] fried pancakes and grilled pork rolls.

4. Ông thích ăn xúp măng cua hay _____ cá bông lau?
   Would you like crab and asparagus soup or catfish [.....]?

5. Chị định kho, chiên hay _____ con cá ngừ này?
   Are you going to stew, fry or [.....] this mackerel?

6. Đối với tôi, _____ là nơi quan trọng nhất trong nhà vì tôi rất thích nấu nướng.
   For me, the [.....] is the most important place in the house because I love cooking.

7. Một bữa ăn điển hình của người Việt gồm có một _____, một món mặn và một món canh, ngoài nồi cơm không thể nào thiếu.
   A typical Vietnamese meal consists of a [.....], a stew and a soup, besides the indispensable pot of rice.

8. Người miền quê ăn nhiều _____ hơn người thành thị.
   Rural people consume more [....] than urban people.

9. Anh đã bao giờ uống _____ ở quán này chưa?
    Have you ever tried [.....] at this cafeteria?

10. _____ của người Việt thường được so sánh với Vodka của
    người Nga.
    Vietnamese [.....] is often compared with Russian vodka.

C. Matching clauses

Match each of the clauses in Column A with a clause in Column B and write up
a complete sentence in the blanks provided. The clauses in Column B are not in
any particular order.

A	B
1. Thực khách nào cũng nghĩ... *All the diners thought...*	... còn người Nam gọi là "gỏi". *and the Southerners call it "gỏi."*
2. Khi nấu nước dùng phở... *When preparing the noodle soup broth...*	... em đừng quên bỏ hồi vào nhé. *don't forget to put in some anise.*
3. Tôi sẽ ăn thử món chả cá Thăng Long... *I will try Thang Long grilled fish...*	... vì nó là một sự kết hợp đầy sáng tạo giữa ẩm thực Việt và Pháp. *because they are a creative combination of Vietnamese and French cuisines.*
4. Người Bắc gọi món rau trộn là nộm... *The Northerners call salad "nộm"...*	... nếu có dịp đến Hà Nội. *if I have a chance to visit Hanoi.*
5. Cô ấy sẽ gọi bò bảy món... *She will order the seven courses of beef...*	... mà tôi đã giới thiệu rất nồng hậu. *that I have strongly recommended.*
6. Bánh mì thịt là một món ăn độc đáo... *Vietnamese-style sandwiches are a unique type of food...*	... mà cũng không quá cay như món ăn Thái. *nor are they as spicy as Thai foods.*
7. Món ăn Việt Nam không nhiều mỡ như món ăn Tàu... *Vietnamese foods are not as fatty as Chinese foods*	... rằng thực đơn của nhà hàng này rất đậm chất Việt Nam. *that the menu of this restaurant was authentically Vietnamese.*

1. _____

2. _____

3. _____

4. _____

5. _____

6. _____

7. _____

FOLK VERSES – CA DAO
Ăn trầu thì phải có vôi,
Cúng rằm thì phải có xôi có chè.

Every betel nut chewer must own this kit, complete with a
spittoon to contain the extra liquid coming from the chewing of
the areca nuts and slaked lime wrapped in a betel leaf.

LITERAL MEANING

Areca nuts must be chewed together with slaked lime; mid-month offerings must include sticky rice and desserts.

FIGURATIVE MEANING

Every traditional practice and ritual must be done properly.

CULTURAL ASPECT

These verses mention two traditional customs of Vietnamese people. The first one refers to a practice mostly by older people, by which areca nuts are chewed together with betel leaves and slaked lime. The combined substances become red after being chewed and will be spat out afterwards. This chewing practice is addictive and considered harmful to the mouth. The second custom is practiced mostly by Buddhists, who regularly make spiritual offerings to ancestors on the fifteenth day of each lunar month to express their loving sentiments of gratitude toward them.

TOPICAL VOCABULARY – TỪ VỰNG THEO CHỦ ĐỀ

NOUNS – DANH TỪ	
bánh mì bread	**hải sản** seafood
bơ butter	**mắm** pickled seafood
bữa ăn meal	**mì** egg noodles
bún vermicelli	**món** dish
cá fish	**món tráng miệng** dessert
canh Vietnamese style soup	**muỗng** spoon
cà-phê coffee	**nĩa** fork
chả giò eggroll	**nồi** pot
cháo porridge	**nước mắm** fish sauce
chén small bowl	**phở** Vietnamese noodle soup
cơm steam rice	**rau cải** vegetables
cua crab	**thịt bò** beef
cuốn roll	**thịt gà** chicken
đầu bếp cook, chef	**thịt heo** pork
đũa chopsticks	**thức ăn** food
gia vị spice, condiment	**thức uống** beverage
gỏi Vietnamese style salad	**tô** big bowl
	tôm shrimp
	trà tea

ADJECTIVES – TÍNH TỪ	VERBS – ĐỘNG TỪ
bổ (dưỡng) nutritious	**ăn** to eat
cay spicy	**chiên** to fry
dai chewy	**hấp** to steam
dở tasteless, unsavory	**kho** to stew
đói (bụng) hungry	**làm bếp** to do the cooking
khát (nước) thirsty	**luộc** to boil
lạt bland, flavorless	**nấu** to cook
mặn salty	**nếm** to taste
ngon delicious	**nướng** to grill
no full	**om** to braise
thấm tháp juicy	**uống** to drink
tươi fresh	**xào** to stir-fry

CHAPTER 4

Types of Questions
Các Loại Câu Hỏi

Arts – *Nghệ Thuật*

A typical scene of a reformed opera show, or **cải lương**, most popular in the Central and Southern regions.

Questions in Vietnamese are to be noted for the way they are formed (how a statement is turned to a question), word order and intonations, which are flexible. A question in Vietnamese can be asked with a rising, falling or flat intonation, based on the speaker's emotions or attitudes. A rising intonation can express surprise or curiosity; a falling intonation can express intimacy or friendliness; and a flat intonation can be used without any accompanying emotions on the speaker's part.

4.1 Specific questions

Specific questions are the ones that contain interrogative words such as **ai** "who," **gì** "what," **tại sao** "why," **ở đâu** "where," etc. The learner should pay attention to the positions of these words, as they can appear variably in this type of questions.

(1) a. **Ai** vẽ tuyệt phẩm này vậy?
   ie¹ ve³ twyeht⁵ fum⁴ nãy⁵ vay⁶
   Who painted this wonderful work of art?

   b. Anh sẽ đi xem triển lãm với **ai**?
   ãnh¹ she³ dee¹ sem¹ tryehn⁴ lam³ vuhy² ie¹
   With whom will you go to the exhibition?

   c. Nhà điêu khắc muốn diễn tả **gì** qua bức tượng này?
   nha⁵ dyehw¹ khăk² mwohn² yehn³ ta⁴ yee⁵ kwa¹ bŭk² tŭuhng⁶ nãy⁵
   What does the sculptor want to express with this statue?

   d. Ca sĩ đó hát bài **nào** trong buổi nhạc hội?
   ka¹ shee³ dah² hat² bie⁵ nahw⁵ trahngm¹ bwohy⁴ nhak⁶ hohy⁶
   What song did that singer sing in the pop concert?

Some question words, of which **tại sao** "why" is an example, always appear at the beginning of a question:

(2) **Tại sao** cô không thích vọng cổ miền Nam?
   tie⁶ shaw¹ koh¹ khohngm¹ theech² vahngm⁶ koh⁴ myehn⁵ nam¹
   Why don't you like Southern nostalgic tunes?

Some other question words, on the other hand, could appear in the beginning or at the end of a question, depending on what is being asked about. **Thế nào** "how/what" is one of them:

(3) a. Tuồng cải lương đó được khán giả miền Bắc đón nhận **thế nào**?
   twohng⁵ kie⁴ lŭuhng¹ dah² dŭuhk⁵ khan² ya⁴ myehn⁵ băk² dahn² nhun⁶ theh² nahw⁵
   How was that reformed theater show appreciated by Northern audiences?

   b. **Thế nào** là một vở kịch hay?
   theh² nahw⁵ la⁵ moht⁶ vuh⁴ keech⁶ hãy¹
   What makes a play good?

4.2 Yes-No questions

Yes-No questions can have different structures according to the types of verbs used in them.

4.2.1 Yes-No questions containing lexical verbs

The expression **có... hay không...** "yes or no" is used in Yes-No questions that contain lexical verbs (i.e., any verbs except verbs equivalent to "to be" and other verbs in the category of *linking* verbs).

(4) Anh **có** thích âm nhạc **hay không**?
ănh[1] kah[2] theech[2] um[1] nhak[6] hăy[1] khohngm[1]
Do you like music?

In casual speech, speakers usually omit the word **hay** "or." Some even additionally omit the word **có** "yes." Let's look at all three versions of the question above, from being full to being gradually abbreviated:

(5) a. Anh **có** thích âm nhạc **hay không**?
ănh[1] kah[2] theech[2] um[1] nhak[6] hăy[1] khohngm[1]

b. Anh **có** thích âm nhạc **không**?
ănh[1] kah[2] theech[2] um[1] nhak[6] khohngm[1]

c. Anh thích âm nhạc **không**?
ănh[1] theech[2] um[1] nhak[6] khohngm[1]

To answer such a question briefly, a speaker can say **có** "yes" or simply repeat the verb used in the question:

(6) a. **Có.**
kah[2]
Yes.

b. **Thích.**
theech[2]
(I) like (it).

Note that, however, while the two brief answers are grammatically correct, they are not pragmatically appropriate, as they don't sound polite or respectful. Native speakers usually add one or more particles in these answers for that purpose (*Chapter 9*).

The above construction **có... (hay) không?** usually functions with reference to actions that are in progress in the present, about to take place, or planned to take place in the future:

(7) a. Ngay lúc này cô **có đang** chơi dương cầm **không**? (*Action in progress*)
   ngăy¹ lookp² năy⁵ koh¹ kah² dang¹ chuhy¹ yŭuhng¹ kum⁵ khohngm¹
   Are you playing the piano right now?

 b. Cô **có sắp** xem truyền hình **không**? (*Action about to take place*)
   koh¹ kah² shăp¹ sem¹ trwyehn⁵ heenh⁵ khohngm¹
   Are you going to watch TV?

 c. Thứ Hai tuần tới cô **có sẽ** tập kịch **không**? (*Action planned to take place*)
   thŭ² hie¹ twun⁵ tuhy² koh¹ kah² she³ tup⁶ keech⁶ khohngm¹
   Will you be rehearsing a play next Monday?

When asking about an action in the past, however, the learner should be careful in the choice of words used in this construction. Since verbs in Vietnamese do not show tenses, it is acceptable to use the same construction plus a past time reference, but the aspect marker **đã**, which indicates the completion of an action (*Chapter 6*), cannot be used:

(8) Hôm qua cô **có** gặp ông hoạ sĩ đó **không**?
   hohm¹ kwa¹ kohy¹ kah² găp⁶ ohngm¹ hwa⁶ shee³ dah² khohngm¹
   Did you meet with that artist yesterday?

In this context, speakers often replace the adverb **không** "no" with the adverb **chưa** "not yet," which works well with both **có** and **đã**:

(9) a. Hôm qua cô **có** gặp ông hoạ sĩ đó **chưa**?
   hohm¹ kwa¹ koh¹ kah² găp⁶ ohngm¹ hwa⁶ shee³ dah² chŭuh¹

 b. Hôm qua cô **đã** gặp ông hoạ sĩ đó **chưa**?
   hohm¹ kwa¹ koh¹ da³ găp⁶ ohngm¹ hwa⁵ shee³ dah² chŭuh¹
   Did you meet with that artist yesterday yet?

In short answers to the questions above, the speaker can affirmatively say **có** and, negatively, **không** to Sentence (8). For (9a) and (9b), the speaker usually says **rồi** "already," affirmatively, and **chưa** "not yet," negatively.

4.2.2 Yes-No questions containing modal verbs

Questions with *modal verbs* (**nên** "should," **phải** "must," **cần** "need," **có thể** "can," etc.) employ the **có... không** construction just like with lexical verbs:

(10) Tôi **có nên** mua bức tranh sơn mài này **không**?
   tohy¹ kah² nehn¹ moouh¹ bŭk² trănh¹ shuhn¹ mie⁵ năy⁵ khohngm¹
   Should I buy this lacquer painting?

The phrasal verb **có thể** "can" includes the verb **có** "to have," which coincides with the affirmative adverb **có** "yes," so only one **có** remains in a Yes-No question:

(11) Anh **có thể** hiểu các bức tranh sơn dầu đó **không**?
    ănh¹ kah² theh⁴ hyehw⁴ kak² bŭk² trănh¹ shuhn¹ yohw⁵ dah² khohngm¹
    Can you understand those oil paintings?

The negative form of **có thể** "can" is **không có thể** "cannot," which is usually reduced to just **không thể**. This negative form cannot be used with the construction **có... không**. Instead, it is asked with the particle **à** as a tag question (*See 4.4 below*):

(12) Anh **không thể** hát nốt cao này **à**?
    ănh¹ khohngm¹ theh⁴ hat² noht² kahw¹ năy⁵ a⁵
    You can't sing this high note, can you?

4.2.3 Yes-No questions containing TO BE-equivalent verbs

As Vietnamese has five verbs meaning "to be," namely **là, thì, bị, được** and **ở** (*Chapter 6*), the constructions for Yes-No questions vary from verb to verb and depend also on how each verb is used in a given context.

The expression **có... không** is used with these verbs. Of the five, **ở, bị** (used for "unfavorable" adjectives) and **được** (used for "favorable adjectives") fit perfectly in this construction:

(13) a. Ngay lúc này cô **có đang** chơi dương cầm **không**? (*Action in progress*)
    ngăy¹ lookp² năy⁵ koh¹ kah² dang¹ chuhy¹ yŭuhng¹ kum⁵ khohngm¹
    Are you playing the piano right now?

   b. Những diễn viên đó **có** thường **bị** trễ trong các buổi quay phim **không**?
    nhŭng³ yehn³ vyehn¹ dah¹ kah² thŭuhng⁵ bee⁶ treh³ trahngm¹ kak²
    bwohy⁴ kwăy¹ feem¹ khohngm¹
    Are those actors usually late for the shoots?

   c. Ông đạo diễn **có** thường **được** rảnh rỗi vào cuối tuần **không**?
    ohngm¹ dahw⁶ yehn³ kah² thŭuhng⁵ dŭuhk⁶ rănh⁵ vahw⁵ kwohy² twun⁵
    khohngm¹
    Is the director usually free on the weekends?

If the verb **thì** is used with an adjective (as in *Phim trường này **thì** luôn luôn bận rộn* "This film studio is always busy"), a Yes-No question based on such a sentence should omit **thì**:

(14) Phim trường này **có** luôn luôn bận rộn **không**?
feem¹ trŭuhng⁵ năy⁵ kah² lwohn¹ lwohn¹ bun⁶ rohn⁶ khogngm¹
Is this film studio always busy?

When the verb **là** is followed by a noun, the adjective **phải** "right" is added after **có**:

(15) Bà **có phải là** xướng ngôn viên truyền hình **không**?
ba⁵ kah² fie⁴ la⁵ sŭuhng² ngohn¹ vyehn¹ trwyehn⁵ heenh⁵ khohngm¹
Are you a TV broadcaster?

If a brief answer is given to this type of question, it should include the word **phải**, not **có**:

(16) **Phải.**
fie⁴
Right.

When an adjective is used after **là**, **phải** is not used. In addition, there are two ways to ask the Yes-No question: either (a) the verb **là** comes before **có** or (b) it is omitted altogether:

(17) a. Chương trình truyền hình này **là có** phổ biến **không**?
chŭuhng¹ treenh⁵ trwyehn⁵ heenh⁵ năy⁵ la⁵ kah² foh⁴ byehn² khohngm¹

b. Chương trình truyền hình này **có** phổ biến **không**?
chŭuhng¹ treenh⁵ trwyehn⁵ heenh⁵ năy⁵ kah² foh⁴ byehn² khohngm¹
Is this TV show popular?

4.3 Choice questions

Choice questions in Vietnamese use the conjunction **hay** "or" to join two elements. In the spoken language, however, speakers usually add the emphatic particle **là** after it. Most of the time, the conjunction **hay** joins two words or phrases.

(18) a. Chị thích xem truyền hình **hay** đọc sách hơn?
chee⁶ theech² sem² trwyehn⁵ heenh⁵ hăy¹ dahkp⁶ shăch² huhn¹
Do you prefer watching TV or reading?

b. Vợ anh thường xem tin tức **hay** phim tài liệu?
vuh⁶ ănh¹ thŭuhng⁵ sem¹ teen¹ tŭk² hăy¹ feem¹ tie⁵ lyehw⁶
Does your wife usually watch the news or documentaries?

c. Chúng ta nên xem múa rối nước vào buổi chiều **hay** buổi tối?
   choongm² ta¹ nehn² sem¹ moouh² rohy² nŭuhk² vahw⁵ bwohy⁴ chyehw⁵ hăy¹ bwohy⁴ tohy²
   Should we watch the water puppetry show in the afternoon or in the evening?

d. Anh nghe nhạc cổ điển **hay** hiện đại?
   ănh¹ nge¹ nhak⁶ koh⁴ dyehn⁴ hăy¹ hyehn⁶ die⁶
   Do you listen to classical music or modern?

e. Cô ấy chơi đàn tranh giỏi **hay** cũng thường thôi?
   koh¹ ay² chuhy¹ dan⁵ trănh¹ yahy⁴ hăy¹ koohngm³ thŭuhng⁵ thohy¹
   Does she play the zither well or just so-so?

Đàn tranh, the Vietnamese zither, is also known
as "the sixteen-string instrument."

Note that **hoặc** "or," a synonym of **hay**, can be used only in statements, never in a choice question:

(19) Tối nay chúng ta có thể đi xem phim **hay** (not **hoặc**) đi nghe nhạc?
   tohy² năy¹ choongm² ta¹ kah² theh⁴ dee¹ sem¹ feem¹ hăy¹ dee¹ nge¹ nhak⁶
   Can we go to the movies or to a concert this evening?

4.4 Tag questions

A tag question is essentially a statement followed by a word or a short phrase that turns it into a question. The most common "tag" is the phrase **phải không** "(is it) right or not":

(20) Hát chèo là từ miền Bắc, **phải không**?
    hat² chew⁵ la⁵ tử⁵ myehn⁵ băk² fie⁴ khohngm¹
    Satirical musical theater originated from the North, right?

If the speaker is almost certain about the situation and only asks for a confirmation, the particle **à** is used instead:

(21) Hát chèo là từ miền Bắc **à**?
    hat² chew⁵ la⁵ tử⁵ myehn⁵ băk² a⁵

Instead of **à**, informally, the particle **hở** (or **hả**, which might sound rude) is used among friends or family members:

(22) Hát chèo là từ miền Bắc **hở**?
    hat² chew⁵ la⁵ tử⁵ myehn⁵ băk² huh⁴

To express surprise or disbelief, speakers usually use the particle **sao** (which is reduced from the phrase **hay sao** "or what"):

(23) Hát chèo là từ miền Bắc **sao**?
    hat² chew⁵ la⁵ tử⁵ myehn⁵ băk² shahw¹

Below are some more examples with tags:

(24) a. Hát bội là một nghệ thuật sân khấu lâu đời, **phải không**?
         hat² bohy⁶ la⁵ moht⁶ ngeh⁶ thwut⁶ shun¹ khohw² lohw¹ duhy⁵ fie⁴ khohngm¹
         Classical opera is an age-old theater art, isn't it?

      b. Anh không thích thoại kịch mấy **à**?
         ănh¹ khohngm¹ theech² thwie⁶ keech⁶ may² a⁵
         You don't like plays very much, do you?

      c. Cô vũ công đó có thể đóng phim **sao**?
         koh¹ voo³ kohngm¹ dah² kah² theh⁴ dahngm² feem¹ shahw¹
         That dancer can act in a movie, can't she?

4.5 Rhetorical questions

Rhetorical questions in Vietnamese, for the most part, have the same structures as "normal" ones. They can be specific questions, Yes-No questions, tag questions or choice questions. The listeners can only tell the difference by how a rhetorical question is said (emphatic intonation, accompanying attitudes or gestures, etc.). A written rhetorical question can be punctuated with a question mark, an exclamation mark or a period, depending on personal styles.

(25) a. Ai biết được nhân vật chính muốn nói gì? [*Specific question asked rhetorically*]
ie¹ byeht² dŭuhk⁶ nhun¹ vut⁶ cheenh² mwohn² nahy² yee⁵
Who knows what the protagonist is talking about?

b. Chẳng phải nghệ thuật vị nghệ thuật là châm ngôn của tiểu thuyết gia đó là gì? [*Yes-No question asked rhetorically*]
chăng⁴ fie⁴ ngeh⁶ thwut⁶ vee⁶ ngeh⁶ thwut⁶ la⁵ chum¹ ngohn¹ koouh⁴ tyehw⁴ thwyeht² ya¹ dah² la⁵ yee⁵
Isn't art for art's sake that novelist's motto?

c. Cô muốn đọc một bài thơ ngắn mà dở hay là một truyện dài mà hay? [*Choice question asked rhetorically*]
koh¹ mwohn² dahkp⁶ moht⁶ bie⁵ thuh¹ ngăn² ma⁵ yuh⁴ hăy¹ la⁵ moht⁶ trwyehn⁶ yie⁵ ma⁵ hăy¹
Would you rather read a short but bad poem or a long but good story?

d. Cô không nghĩ là bài hát này truyền cảm hay sao? [*Tag question asked rhetorically*]
koh¹ khohngm¹ ngee³ la⁵ bie⁵ hat² năy⁵ trwyehn⁵ kam⁴ hăy¹ shahw¹
You don't think this song is sentimental, do you?

A number of words and phrases are typically (but optionally) used in rhetorical questions, making them easier to recognize:

(26) a. Ai **mà** biết?
ie¹ ma⁵ byeht²
Who knows?

b. Ai **lại** không biết cuốn tiểu thuyết đó?
ie¹ lie⁶ khohngm¹ byeht² kwohn² tyehw⁴ thwyeht² dah²
Who wouldn't know about that novel?

c. **Chẳng lẽ** không ai biết cuốn tiểu thuyết đó?
chăng⁴ le³ khohngm¹ ie¹ byeht² kwohn² tyehw⁴ thwyeht² dah²
How could anyone not know about that novel?

d. Cuốn tiểu thuyết đó **thì** ai không biết?
kwohn² tyehw⁴ thwyeht² dah² thee⁵ ie¹ khohngm¹ byeht²
That novel, who wouldn't know about it?

e. Làm sao tôi biết cuốn tiểu thuyết đó **chứ**?
lam⁵ shahw¹ tohy¹ byeht² kwohn² tyehw⁴ thwyeht² dah² chŭ²
How would I know about that novel?

4.6 Indirect questions

Indirect questions are those that are embedded in a complex sentence used when speakers loosely quote them. The rule of thumb about stating indirect questions in Vietnamese is that the structure of the original ("direct") questions should be kept, i.e., the word order is generally the same in both versions, direct and indirect. In indirect specific questions, for example, the interrogative words remain in the same position as in their direct counterparts:

(27) a. Rạp chiếu phim **ở đâu**? (*Direct specific question*)
          rap⁶ chyehw² feem¹ uh⁴ dohw¹
          Where is the movie theater?

          Anh ấy hỏi tôi rạp chiếu phim **ở đâu**. (*Indirect specific question*)
          ănh¹ ay² hahy⁴ tohy¹ rap⁶ chyehw² feem1 uh⁴ dohw¹
          He asked me where the movie theater was.

      b. Các anh đã gặp **ai**? (*Direct specific question*)
          kak² ănh¹ da³ găp⁶ ie¹
          Who did you meet?

          Cô nhạc sĩ muốn biết chúng tôi đã gặp **ai**. (*Indirect specific question*)
          koh¹ nhak⁶ shee³ mwohn² byeht² choongm² tohy¹ da³ găp⁶ ie¹
          The songwriter wanted to know whom we met.

While indirect Yes-No questions in English are introduced by "if" or "whether," no direct translations work with these words, and the construction **có... không** is still used in this case:

(28) Nhà biên tập có sẽ gọi mình không? (*Direct Yes-No question*)
      nha⁵ byehn¹ tup⁶ kah² she³ gahy⁶ meenh⁵ khohgnm¹
      Will the editor call me?

      Cô ấy tự hỏi nhà biên tập **có** sẽ gọi mình **không**. (*Indirect Yes-No question*)
      koh¹ ay² tũ⁶ hahy⁴ nha⁵ byehn¹ tup⁶ kah² she³ gahy⁶ meenh⁵ khohngm¹
      She wondered if/whether the editor would call her.

Nếu should also be avoided in indirect choice questions:

(29) Huy à, anh thích thơ hay văn xuôi? (*Direct choice question*)
      hwee¹ a⁵ ănh¹ theech² thuh¹ hăy¹ văn¹ swohy¹
      Huy, do you like poetry or prose?

      Nhà thơ hỏi Huy (not **nếu**) anh ấy thích thơ hay văn xuôi. (*Indirect choice question*)
      nha⁵ thuh¹ hahy⁴ hwee¹ ănh¹ ay¹ theech² thuh¹ hăy¹ văn¹ swohy¹
      The poet asked Huy if he liked poetry or prose.

PRACTICE EXERCISES

A. Types of questions

Identify the following questions, marking them as (a) Yes-No, (b) Specific, (c) Choice, (d) Tag, or (e) Rhetorical:

1. _____ Cô thường đọc truyện ngắn hay truyện dài?

2. _____ Tại sao tôi không biết gì về vở kịch này chứ?

3. _____ Các cô có thích văn chương ngoại quốc không?

4. _____ Bà thường mua sách của tác giả nào nhất?

5. _____ Đó có phải là rạp hát thành phố không?

6. _____ Nữ tài tử ấy sẽ đến đây một mình hay với ai khác?

7. _____ Anh đã xem xong loạt phim này rồi à?

8. _____ Hãng phim không trả lời điện thoại cho ông sao?

9. _____ Thế nào nhà văn đó lại chẳng mời cô đến dự buổi ra mắt sách?

10. _____ Ở đâu có triển lãm tranh thường xuyên nhất?

B. Forming questions

Use the information provided in each number to form a question of the type suggested in parentheses.

1. Cuốn phim trinh thám đó/được quay/ở đâu (*Specific question*)

_____

2. Các diễn viên truyền hình này/là/người ngoại quốc (*Tag question*)

_____

3. Nhà quay phim/nói được/tiếng Nhật/tiếng Hàn (*Choice question*)

_____

4. Người Việt nào/không thích/truyện Kiều (*Rhetorical question*)

_____

5.   Hôm nay/các chuyên viên hoá trang/rảnh/bận (*Choice question*)

   _____

6.   Ai/có thể giúp/chúng tôi/dịch bài báo này (*Specific question*)

   _____

7.   Những nhạc phẩm này/là/do công ty chúng tôi/thu âm (*Yes-No question*)

   _____

8.   Cô kịch sĩ nổi tiếng đó/là/chị của anh Hùng (*Yes-No question*)

   _____

9.   Loại thơ phổ biến này/gọi là/thơ lục bát (*Tag question*)

   _____

10. Làm sao/tôi/không hiểu/bài thơ này muốn nói gì (*Rhetorical question*)

   _____

C. Fill-in-the-blanks

Complete the questions below with the appropriate word or phrase from the list. Use each word or phrase only once.

thì	hồi nào	có	phải không	à	hay	tiệm nào
ai	tại sao	không	mà	lại		

1.   Các nhạc công của ông có phải là người Việt _____?

2.   _____ có bán các loại đĩa than nhạc cổ truyền?

3.   Tối nay chúng ta sẽ xem truyền hình _____?

4.   Phim tình cảm nào anh ấy _____ không xem?

5.   Kịch tác gia người Pháp đó đến đây _____?

6. Anh sẽ dịch truyện này qua bản tiếng Anh _____ bản tiếng Đức?

7. Các em _____ giúp tôi được chuyện gì?

8. Những tập thơ mới này là của _____?

9. Giờ này có mục nhạc yêu cầu trên đài phát thanh, _____?

10. _____ các cô ấy không đến buổi thử vai đó?

11. Ông _____ cần tôi chuẩn bị gì trong phòng thu âm không?

12. Diễn viên đóng vai nhân vật đó _____ mười lăm tuổi rồi à?

D. Indirect questions

Give the Vietnamese equivalents to the following sentences. Use a dictionary if necessary:

1. The translator asked me when the deadline for the story would be.

   _____

2. The composer questioned if his masterpiece had been altered.

   _____

3. I always wonder why pottery products in this village are so refined.

   _____

4. They really want to know whose novel this movie was adapted from.

   _____

5. Don't ask us whether their photo exhibition was a success or not.

   _____

PROVERB – TỤC NGỮ
Vụng múa chê đất lệch.

Hát bội, a form of classical opera, is popular among
audiences in the Central parts of the country.

LITERAL MEANING
An unskilled dancer often blames the ground for being uneven.

FIGURATIVE MEANING
You should acknowledge your own shortcomings rather than hold something or
someone else responsible for them.

CULTURAL ASPECT
The three most popular forms of performance art are Northern Vietnam's *hát
chèo* ("satirical musical theater"), Central Vietnam's *hát bội* ("classical opera") and
Southern Vietnam's *cải lương* ("reformed theater"). In the past, when these per-
formances came to the countryside, they were shown on makeshift "stages" right
on the ground of an open space in the village, while the audiences happily squat-
ted in front of those stages for hours to enjoy their favorite dramas.

TOPICAL VOCABULARY – TỪ VỰNG THEO CHỦ ĐỀ

NOUNS – DANH TỪ

âm nhạc   music
bài hát   song
bài thơ   poem
bức tượng   statue
ca sĩ   singer
cải lương   reformed theater
chương trình   program; show
chuyên viên hoá trang   makeup artist
cuộc triển lãm   exhibition
đài phát thanh   radio station
đàn tranh   Vietnamese zither
đạo diễn   director
diễn viên   actor
dương cầm   piano
hát bội   classical opera
hát chèo   satirical musical theater
hoạ sĩ   painter
kịch tác gia   playwright
nghệ thuật   arts
nhà điêu khắc   sculptor
nhà thơ   poet
nhà văn   writer
nhạc hội   pop concert
nhạc sĩ   songwriter
phim tài liệu   documentary
phim tình cảm   drama movie
phim trinh thám   thriller
phim trường   film studio, movie set
rạp chiếu phim   movie theater
rạp hát   theater
tác giả   author
tác phẩm   work of art

thơ   poetry
thoại kịch   play
tiểu thuyết gia   novelist
tiểu thuyết/truyện dài   novel
tin tức   news
tranh sơn dầu   oil painting
tranh sơn mài   lacquer painting
truyền hình   television
truyện ngắn   short story
tuồng   theatrical show
văn chương   literature
văn xuôi   prose
vọng cổ   nostalgic musical form
vũ công   dancer
xướng ngôn viên   newscaster

ADJECTIVES – TÍNH TỪ

cổ điển   classical
cổ truyền   traditional
hiện đại   modern
nổi tiếng   well-known
truyền cảm   sentimental
tuyệt vời   wonderful

VERBS – ĐỘNG TỪ

dịch   to translate
đóng phim   to act in a movie
đóng vai   to play a role
hát   to sing
quay phim   to shoot a movie
tập kịch   to rehearse a play
thu âm   to record

CHAPTER 5

Nouns & Pronouns
Danh Từ & Đại Danh Từ

Family & Customs – Gia Đình & Phong Tục

One of the rituals during a wedding ceremony is the moment the bride and the groom present themselves before the altar of the bride's ancestors.

Nouns in Vietnamese do not show singular or plural forms. Plurality in nouns, instead, is indicated by other words that accompany them, namely plural markers or quantifiers. On the other hand, the personal pronoun system is a rich one and its usage depends on several aspects such as gender, age, relationship, status, including the degree of closeness between the speakers.

5.1 Nouns & plural markers
When nouns are used in a general sense, without any classifier, they normally imply a plural meaning:

(1) a. **Phong tục** cưới hỏi ở ba miền không khác nhau lắm.
   fahngm¹ tookp⁵ kŭuhy² hahy⁴ uh⁴ ba¹ myehn⁵ khohngm¹ khak² nhăw¹ lăm²
   Wedding customs in the three regions are not very different.

   b. **Phụ nữ** ở nông thôn thường có chồng sớm.
   foo⁶ nŭ³ uh⁴ nohngm¹ thohn¹ thŭuhng⁵ kah² chohngm⁵ shuhm²
   Women in the countryside usually marry young.

Compound nouns containing two components of the same category are also used in the plural sense:

(2) a. Ngày Tết trẻ con được mặc **quần áo** mới.
   ngăy⁵ teht¹ tre⁴ kahn¹ dŭuhk⁶ măk⁶ kwun⁵ ahw² muhy²
   During Lunar New Year's children get to wear new clothes.

   b. Mâm cỗ Tết không thể thiếu các loại **bánh mứt** truyền thống.
   mum¹ koh⁴ teht² khohngm¹ theh⁴ thyehw² kak² lwie⁶ bănh² mŭt² trwyehn⁵ thohngm²
   A New Year banquet tray cannot be missing traditional treats.

In more specific cases, nouns with plural meaning are preceded by the so-called "plural markers" **những** and **các**. The first one is used to refer to nouns as *members of a group*:

(3) Người Việt thường đi thăm họ hàng vào **những** ngày đầu năm.
   ngŭuhy⁵ vyeht⁶ thŭuhng⁵ dee¹ thăm¹ hah⁶ hang⁵ vahw⁵ nhŭng³ ngăy⁵ dohw⁵ năm¹
   Vietnamese people usually go visit their relatives during the first few days of the New Year.

Các, on the other hand, is used with nouns in the plural sense as *all of a group*:

(4) **Các** ngày lễ truyền thống tính theo âm lịch.
   kak² ngăy⁵ leh³ trwyehn⁵ thohngm² teenh² thew¹ um¹ leech⁶
   Traditional holidays are based on the lunar calendar.

5.2 Nouns & quantifiers

The most common quantifiers used with nouns in plural sense are **mọi** "all," **vài/mấy** "some, a few," **nào** "any," **nhiều** "a lot of," **một ít/vài** "a little, a few," **hầu hết** "most," **đủ** "enough," **thêm/nhiều... hơn** "more" and **bớt/ít... hơn** "less, fewer."

(5) a. **Mọi** người trong nhà tề tựu đông đủ lúc giao thừa.
mahy⁶ ngŭuhy⁵ trahngm¹ nha⁵ teh⁵ tŭw⁶ dohngm¹ doo⁴ lookp² yahw¹ thŭuh⁵
All family members gather together at midnight on New Year's Eve.

b. Tháng này không có ngày **nào** tốt để làm đám hỏi cả.
thang² nǎy⁵ khohngm¹ kah² ngǎy⁵ nahw⁵ toht² deh⁴ lam⁵ dam² hahy⁴ ka⁴
There isn't any lucky day this month for an engagement ceremony.

c. **Hầu hết** dân làng ở đây đều theo đạo ông bà.
hohw⁵ heht² yun¹ lang⁵ uh⁴ day¹ dehw⁵ thew¹ dahw⁶ ohngm¹ ba⁵
Most villagers here worship their ancestors religiously.

d. Cô cần mua **nhiều** lá chuối **hơn** để đủ gói bánh tét.
koh¹ kun⁵ moouh¹ nhyehw⁵ la² chwohy² huhn¹ deh⁴ doo⁴ gahy² bǎnh² tet²
You need to buy more banana leaves to wrap round sticky rice cake.

5.3 Indefinite pronouns

An indefinite pronoun refers to an unspecific person, thing or amount. Some typical indefinite pronouns are **tất cả** "all, everyone, everything," **ai** "someone, anyone," **không ai** "no one," **(cái) gì** "something, anything," **không gì** "nothing," **ai khác** "someone/anyone else," **cái khác** "something else" and **cả hai** "both."

(6) a. Vào buổi chiều cuối năm, trên bàn thờ tổ tiên **tất cả** đã được bày biện ngăn nắp và gọn gàng.
vahw⁵ bwohy⁴ chyehw⁵ kwohy² nǎm¹ trehn¹ ban⁵ thuh⁵ toh⁴ tyehn¹ tut² ka⁴ da³ dŭuhk⁶ bǎy⁵ byehn⁶ ngǎn¹ nǎp² va⁵ gahn⁶ gang⁵
On New Year's Eve, everything is neatly displayed on the ancestors' altar.

b. **Ai** cũng xúc động lúc cô dâu và chú rể làm lễ gia tiên.
ie¹ koongm³ sookp² dohngm⁶ lookp² koh¹ yohw¹ va⁵ choo² reh⁴ lam⁵ leh³ ya¹ tyehn¹
Everyone got emotional as the bride and the groom presented themselves before the ancestors' altar.

c. Chị có còn thiếu **gì** cho lễ thôi nôi của em bé không?
chee⁶ kah² kahn⁵ thyehw² yee⁵ chah¹ leh³ thohy¹ nohy¹ koouh⁴ em¹ be² khohngm¹
Do you still miss anything for the baby's first birthday rite?

(7) **Không gì** làm cho các em thiếu nhi thích thú bằng những chiếc lồng đèn đủ màu đêm Trung Thu.

khohngm¹ yee⁵ lam⁵ chah¹ kak² em¹ thyehw² nhee¹ theech² thoo² băng⁵ nhũng³ chyehk² lohngm⁵ den⁵ doo⁴ măw⁵ dehm¹ troongm¹ thoo¹

Nothing can delight the kids more than the colorful lanterns in the Mid-Autumn Festival evening.

Vietnamese children have their own holiday during the eighth lunar month: **Tết Trung Thu**, or the Mid-Autumn Festival, when they merrily play with hand-made, colorful lanterns.

5.4 Interrogative pronouns

Interrogative pronouns in Vietnamese appear in both singular and plural forms (the latter accompanied by the plural marker **những**): **ai/những ai** "who/whom," **của ai/của những ai** "whose," **(cái) gì/những gì** "what," **cái nào/những cái nào** "which (thing(s))."

(8) a. **Những ai** sẽ có mặt vào ngày giỗ ông nội?

nhũng³ ie¹ she³ kah² măt⁶ vahw⁵ ngăy⁵ yoh³ ohngm¹ nohy⁶

Who will be present at Grandpa's death anniversary?

b. Hôm nay là sinh nhật **của ai** vậy?

hohm¹ năy¹ la⁵ sheenh¹ nhut⁶ koouh⁴ ie¹ vay⁶

Whose birthday is it today?

c. Cô sẽ nấu **những gì** cho mâm cơm cúng ông bà cuối năm?

koh¹ she³ nohw² nhũng³ yee⁵ chah¹ mum¹ kuhm¹ koongm² ohngm¹ ba⁵ kooy² năm¹

What are you going to cook for the year's end food tray for our ancestors?

d. Trong số các phong bao mừng tuổi này, em thích **cái nào?**
   *trahngm¹ shoh² kak² fahngm¹ bahw¹ mŭng⁵ twohy⁴ nǎy⁵ em¹ theech² kie²
   nahw⁵*
   Of these lucky red envelopes, which one do you like?

5.5 Personal pronouns and terms of address

There are few personal pronouns that are "true" pronouns in Vietnamese, such as **nó** "it, he/him, she/her (pejorative use)," **hắn** "he/him (pejorative use)" or **ả** "she/her (pejorative use)." Some other pronouns are derived from nouns, such as **tôi** "I/me" (literally "servant") or **họ** "they/them" (literally "relatives").

Most personal pronouns are derived from kinship terms. For example, there are many equivalents to "you," namely **ông** (from "grandfather"), **bà** (from "grandmother"), **bác** (from "uncle," father's older brother), **chú** (from "uncle," father's younger father), **cô** (from "aunt," father's sister), **anh** (from "older brother"), **chị** (from "older sister"), **em** (from "younger sibling"), **cháu** (from "niece/nephew").

As can be observed from the examples above, how you address a person, although unrelated to you, depends on to whom in your family you want to relate that person, including the consideration of their gender and age. If you ask a male person, for example, what he needs and you think he's about the same age as your uncle (your father's younger one), then your question would be **Chú cần gì vậy?**

On the other hand, that male person can equate himself to your uncle and answer, using **chú** as "I," **Chú muốn gặp ông giám đốc** ("I want to see your manager").

A personal pronoun can also be flexibly used as a term of address or even as a title. **Ông**, for example, means "you" in the sentence **Hôm nay ông thế nào?** "How are you today?," "sir" in the sentence **Không có chi đâu, ông** "You're welcome, sir", or "Mr." in the sentence **Chào ông Huy** "Hello, Mr. Huy."

The forms of the personal pronouns do not change, whether they function as subject or object:

(9) a. **Anh** sẽ gởi thiệp cưới cho cô Hoa, phải không?
       ǎnh¹ she³ guhy⁴ thyehp⁶ kŭuhy² chah¹ koh¹ hwa¹ fie⁴ khohngm¹
       You will send Miss Hoa a wedding invite, will you not?

   b. Cô Hoa sẽ gởi thiệp cưới cho **anh**, phải không?
       koh¹ hwa¹ she³ guhy⁴ thyehp⁶ kŭuhy² chah¹ ǎnh¹ fie⁴ khohngm¹
       Miss Hoa will send you a wedding invite, will she not?

The demonstrative adjective **ấy** "that" is added after a personal pronoun to turn it to a third person reference, e.g. **cô** "I/me/you" → **cô ấy** "she/her"; **anh** "I/me/you" → **anh ấy** "he/him."

Two plural markers are used for personal pronouns. **Chúng** is used with **tôi** and **nó** ("we/us; they/them") and **các** is used for the second and third persons ("you all/they/them"). Since there so many possible personal pronouns as discussed above, in the following chart, only the most typical ones are included.

	Singular	Plural
First person	tôi – em – cháu...	chúng tôi – chúng em – chúng cháu...
Second person	anh – chị – ông – bà...	các anh – các chị – các ông – các bà...
Third person	anh ấy – cô ấy – nó...	các anh ấy – các cô ấy – chúng nó – họ

Between a couple, married or unmarried, the pronoun **anh** is used for the man to mean "I" (self-addressing) or "you" (addressed by the woman). The woman would be **em** (meaning "I" or "you").

(10) (*Woman to man*) **Anh** gởi thư giùm em chưa?
ănh¹ guhy⁴ thữ¹ yoom⁵ em¹ chŭuh¹
Have you sent out the mail for me yet?

   (*Man to woman*) **Anh** gởi cho **em** rồi.
ănh¹ guhy⁴ chah¹ em¹ rohy⁵
I have already sent it out for you.

In the family, the father can be **ba** or **bố** (for both "I" and "you") when talking to his children, while the mother is **má** or **mẹ**. The children are called **con** by their parents and the same term can be used by them in a conversation with the parents.

(11) (*Mom to son*) **Con** nhớ nhắn tin cho **mẹ** lúc đến nơi nhé.
kahn¹ nhuh² nhăn² teen¹ chah¹ me⁶ lookp² dehn² nuhy¹ nhe²
Remember to text me upon arrival.

   (*Son to mom*) Dạ, lúc đó **con** sẽ nhắn tin cho **mẹ** ngay.
ya⁶ lookp² dah² kahn¹ she³ nhăn² teen¹ chah¹ me⁶ ngăy¹
Yes, I will text you right then.

Some professional titles such as **giáo sư** "professor," **luật sư** "lawyer" or **bác sĩ** "doctor" are usually used to mean "you," but they are rarely used to mean "I" or "me."

(12) (*Patient to doctor*) **Bác sĩ** khuyên tôi nên làm gì ạ?
    bak² shee³ khwyehn¹ tohy¹ nehn² lam⁵ yee⁵ a⁵
    What do you recommend I do?

(*Doctor to patient*) **Tôi** nghĩ bà nên nghỉ ngơi và uống nhiều nước.
    tohy¹ ngee³ ba⁵ nehn¹ ngee⁴ nguhy¹ va⁵ wohng² nhyehw⁵
    nŭuhk²
    I think you should rest and drink a lot of water.

5.6 Reflexive and reciprocal pronouns

Reflexive pronouns are used with a verb when someone does an action to or for themselves. Two reflexive pronouns, **tự** "self" and **mình** "oneself," are used in reflexive constructions. While each of them can be used alone in those constructions, both can also be used in a redundant way:

(13) a. Lan **tự** trách đã không đi lễ chùa đầu năm với mẹ.
    lan¹ tŭ⁶ trăch² da³ khohngm¹ dee¹ leh³ choouh⁵ dohw⁵ năm¹ vuhy² me⁶
    Lan blamed herself for not going to the temple with her mother on New Year's Day.

b. Tôi rất giận **mình** vì lỡ quên sinh nhật của Hoa.
    tohy² rut² yun⁶ meenh⁵ vee⁵ luh³ kwehn¹ sheenh¹ nhut⁶ koouh⁴ hwa¹
    I was so mad at myself for having forgotten Hoa's birthday.

c. Anh nên **tự** hỏi **mình** đã làm tròn chữ hiếu với cha mẹ chưa.
    ănh¹ nehn¹ tŭ⁶ hahy⁴ meenh⁵ da³ lam⁵ trahn⁵ chŭ³ hyehw² vuhy² cha¹ me⁶
    chŭuh¹
    You should ask yourself whether you have fulfilled your filial duties toward your parents.

Besides its reflexive meaning, the pronoun **tự** is also used to mean "by oneself" or "on one's own," when it is usually emphasized by the word **lấy**:

(14) Chị **tự** làm bánh Trung Thu (**lấy**) à?
    chee⁶ tŭ⁶ lam⁵ bănh² troongm¹ thoo¹ lay² a⁵
    Did you make those moon cakes by yourself?

The pronoun **mình**, on the other hand, can also be used as a subject pronoun if this subject is the same as the one used earlier in a sentence:

(15) Ông Trung nghĩ rằng **mình** là một người chồng tốt.
    ohngm¹ troongm¹ ngee³ răng⁵ meenh⁵ la⁵ moht⁶ ngŭuhy⁵ chohng⁵ toht²
    Mr. Trung thinks that he is a good husband.

The reciprocal pronoun **nhau** is used when two or more people or things do an action to or for each other:

(16) Ngày Tết mọi người luôn chúc **nhau** được vạn sự như ý.
      ngăy⁵ teht² mahy⁶ ngŭuhy⁵ lwohn¹ chookp² nhăw¹ dŭuhk⁶ van⁶ shŭ⁶ nhŭ¹ ee²
      On New Year's everyone always wishes one another all the best things.

In some contexts, the word **lẫn** is used before **nhau** for emphasis:

(17) Họ hàng tôi thường giúp đỡ **lẫn nhau** trong những lúc khó khăn.
      *hah⁵ hang⁵ tohy¹ thŭuhng⁵ yoop² duh³ lun³ nhăw¹ trahngm¹ nhŭng³ lookp²
      khah² khăn¹*
      My relatives often help each other during difficult times.

5.7 Relative pronouns

A relative pronoun appears in an adjective clause that describes a person or thing mentioned in a main clause. In Vietnamese, **mà** is the versatile relative pronoun that means "who, whom, which, that," according to the contexts it is found in.

(18) a. Tôi vừa gặp người **mà** đã chỉ cho chị cách gói bánh chưng.
          *tohy¹ vŭuh⁵ gặp⁶ ngŭuhy⁵ ma⁵ da³ chee⁴ chah¹ chee⁶ kăch² gahy² bănh²
          chŭng¹*
          I've just met the person who showed you how to wrap square sticky
          rice cake.

      b. Xông đất đầu năm là một tục lệ **mà** ba tôi không bao giờ tin.
          *sohngm¹ dut² dohw⁵ năm¹ la⁵ moht⁶ tookp⁵ leh⁶ ma⁵ ba¹ tohy¹ khohngm¹
          bahw¹ yuh⁵ teen¹*
          First-footing on New Year's Day is a custom that my father never
          believes in.

      c. Ngày **mà** người Việt chọn làm lễ giỗ Tổ Hùng Vương là mồng 10 tháng
          Ba âm lịch.
          *ngăy⁵ ma⁵ ngŭuhy⁵ vyeht⁶ chahn⁶ lam⁵ leh³ yoh³ toh⁴ hoongm⁵ vŭuhng¹
          la⁵ mohngm⁵ mŭuhy⁵ thang² ba¹ um¹ leech⁶*
          The date that Vietnamese people chose to celebrate Hung Kings'
          Anniversary is the third of the tenth lunar month.

In most cases, especially in speaking, the relative pronoun **mà** is omitted, making the sentences flow better.

PRACTICE EXERCISES

A. Nouns used in the plural sense

Determine whether to fill in the blanks with **những**, **các** or **Ø** (nothing) before the nouns in the sentences below:

1. _____ cậu của tôi chưa ai có vợ cả.
   None of my uncles is married.

2. _____ anh em họ này là bên ngoại của cô ấy.
   These cousins are on her mother's side.

3. Cô đã gặp _____ cháu nội của tôi chưa?
   Have you met my paternal grandchildren?

4. _____ anh chị em của anh có ở gần đây không?
   Do your siblings live nearby?

5. _____ ông bà của chúng tôi đều đã khuất cả rồi.
   All our grandparents have passed away.

6. Chú thím của tôi lấy nhau đã lâu nhưng vẫn chưa có _____ con.
   My paternal uncle and his wife have been married for a while but still have no children.

7. _____ gia đình đông con thường thấy ở nông thôn.
   Large families are usually found in the countryside.

8. _____ cặp vợ chồng trẻ thích mua nhà trong khu này.
   Young married couples like to buy a house in this neighborhood.

9. _____ mẹ chồng và nàng dâu nên ở riêng để giữ được thuận hoà.
   Mothers-in-law and daughters-in-law should live separately to stay in harmony.

10. _____ anh rể của cô ấy đều là người Nam.
    All her brothers-in-law are Southerners.

B. Nouns and quantifiers

Complete the following sentences with a correct quantifier from the list. Use each word only once.

> hầu hết   mọi   ít   nào   vài   thêm   đủ   nhiều

1. Tôi sẽ không được nghỉ ngày _____ cho Tết tây lẫn Tết ta năm nay.
   I will get no days off for both the upcoming Solar New Year's and Lunar New Year's.

2. Bà Mai sẽ nấu _____ món chay để cúng rằm tối nay.
   Mrs. Mai will make a few vegetarian dishes for tonight's full-moon ritual offerings.

3. _____ bạn bè của tôi đều thích có con trai đầu lòng.
   Most of my friends like to have their first-born to be a boy.

4. Trong xóm này có _____ gia đình không đưa ông Táo ngày 23 tháng Chạp.
   Many families in this neighborhood do not see the kitchen gods off to heaven on the twenty-third of the lunar twelfth month.

5. Rất _____ đàn bà Việt lấy họ của chồng sau khi cưới.
   Very few Vietnamese women take their husband's last name after getting married.

6. Nhà trai đã sẵn sàng _____ mâm quả để bắt đầu làm lễ rước dâu.
   The groom's team was ready with sufficient offering boxes to start the process of bringing the bride to the groom's house.

7. Hùng cần _____ giấy bóng kính màu và tre để làm lồng đèn Trung thu.
   Hung needs more color cellophane sheets and bamboo sticks to make Mid-Autumn lanterns.

8. Ở Việt Nam, Giáng Sinh cũng là một dịp để _____ người chưng diện và tụ họp vui chơi với nhau.
   In Vietnam, Christmas is also an occasion for everyone to dress up and get together for fun activities.

C. Indefinite and interrogative pronouns

Give the Vietnamese equivalents to the following sentences using the pronouns given in the list below. Refer to the vocabulary list or use a dictionary if necessary:

tất cả	những ai	không gì	ai	cả hai	không ai	ai khác	những gì

1. At this museum, **anyone** can proudly tell you about the dragon-and-fairy origin of the Vietnamese people.

   _____

   _____

2. **What** (*plural*) did you learn about legend of the Husband-Watching Stone (*Hòn Vọng Phu*)?

   _____

   _____

3. I understood **everything** after she explained a few New Year's customs.

   _____

   _____

4. Do you celebrate your solar birthday, your lunar birthday or **both**?

   _____

   _____

5. **Nothing** can compare with maternal love.

   _____

   _____

6. At the temples on New Year's Day, **no one** would leave without a branch of leaves for good luck (*cành lộc*) in their hand.

   _____

   _____

7. **Who** (*plural*) will wear traditional dresses (*áo dài*) during the ceremony?

_____

_____

8. **Someone else** has already made sticky rice (*xôi*) and desserts (*chè*) for the party.

_____

_____

D. Personal pronouns

Fill in the blanks in the following dialogue with the correct personal pronouns provided in the list below. Some pronouns can be used more than once.

tôi   cô   chú   cháu   chúng tôi   chúng cháu   họ   các chị ấy   mọi người

*The dialogue is between a television show host (**người dẫn chương trình – NDCT**) in his late fifties and a guest (**khách mời - KM**) in her mid-twenties.*

NDCT   Chào cô Thuý. _____ rất hân hạnh được đón tiếp

_____ trong chương trình Cội Nguồn Việt Nam hôm

nay.
Hello Miss Thuý. We are very pleased to welcome you to our Vietnamese Origin Program today.

KM   Dạ, xin chào _____. _____ cũng rất
vui được đến với chương trình truyền hình nổi tiếng này.
Hello, sir. I am also very glad to be on this popular television show.

NDCT   Lần đầu tiên đến Sài Gòn, _____ có cảm tưởng gì về
người dân ở đây?
Coming to Saigon for the first time, what impression did you have about the people here?

KM   Nói chung, _____ thấy _____ thật
năng động và cần cù.
In general, I found that they were so energetic and hard-working.

NDCT Còn những bạn trẻ đồng trang lứa với _____ thì sao?
      What about the young ones your age?

KM   _____ rất ngạc nhiên vì _____ không

      khác gì mấy so với _____ ở Hoa Kỳ trong những sinh

      hoạt hằng ngày.
      *I was really surprised because they were not very different from us in the
      U.S. in everyday activities.*

NDCT _____ nghĩ sao về các cô gái Sài Gòn?
      How did you find the young Saigonese ladies?

KM   _____ có vẻ cởi mở, hiếu học và hiểu biết.
      They seem to be outgoing, studious and savvy.

NDCT Cho _____ hỏi _____ thêm một câu

      nữa nhé. Gia đình của _____ ở đây đối xử với

      _____ ra sao?
      *Let me ask you one question, OK? How has your family here been treating
      you?*

KM   Dạ, _____ đều đón mừng _____

      cũng như giúp đỡ _____ mỗi khi

      _____ gặp khó khăn trong việc giao tiếp hằng ngày.
      *Everyone welcomed me and has been helping me every time I get in trou-
      ble with everyday communication.*

NDCT Cám ơn _____ nhiều đã đến với chương trình của

      _____.
      Thank you very much for coming to our show.

KM   Dạ, cám ơn _____ và chương trình Cội Nguồn Việt
      Nam!
      Thanks to you and the Vietnamese Origin Program!

FOLK VERSES – CA DAO
Cha mẹ nuôi con biển hồ lai láng,
Con nuôi cha mẹ tính tháng tính ngày.

Biển Hồ is a large volcanic crater lake, located in the highland city
of Pleiku, often used as a metaphor for love or human sacrifices.

LITERAL MEANING
How much parents nourish and nurture their children is as endless as oceans and
lakes, while the children calculate days and months when it's their turn to take
care of their parents.

FIGURATIVE MEANING
Parental love is unconditional; filial love is calculated.

CULTURAL ASPECT
Vietnamese culture strongly emphasizes **lòng hiếu thảo**, or filial duties. While the
verses state a reality, they also serve as a stern reminder for those who neglect
their responsibilities toward their parents.

TOPICAL VOCABULARY – TỪ VỰNG THEO CHỦ ĐỀ

NOUNS – DANH TỪ

anh   older brother
âm lịch   lunar calendar
bác   paternal uncle (*father's older brother*)
bên ngoại   mother's side
bên nội   father's side
cậu   maternal uncle
cha   father
cháu   nephew/niece; grandchild
chị   older sister
chồng   husband
chú   paternal uncle (*father's younger brother*)
chú rể   groom
con gái   daughter; girl
con trai   son; boy
cô   paternal aunt
cô dâu   bride
dì   maternal aunt
dương lịch   solar calendar
đám cưới   wedding
đám hỏi   engagement ceremony
đàn ông   man
em gái   younger sister
em trai   younger brother
gia đình   family
Giáng Sinh   Christmas
giao thừa   Lunar New Year's Eve midnight
họ hàng   relatives
lễ   holiday; ceremony

mẹ   mother
ngày giỗ   death anniversary
ông/bà ngoại   maternal grandfather or grandmother
ông/bà nội   paternal grandfather or grandmother
phong tục   custom
phụ nữ/đàn bà   woman
sinh nhật   birthday
Tết   Lunar New Year
Tết Trung Thu   Mid-Autumn Festival
tổ tiên   ancestors
vợ   wife

ADJECTIVES – TÍNH TỪ

có chồng   married (*woman*)
có vợ   married (*man*)
độc thân   single
goá chồng   widowed (*woman*)
goá vợ   widowed (*man*)
ly dị   divorced
truyền thống   traditional

VERBS – ĐỘNG TỪ

cúng   to offer (*food to the dead*)
chúc Tết   to wish a Happy Lunar New Year
xông đất   to practice first-footing
cưới   to marry
cưới vợ   to marry (*a woman*)
lấy chồng   to marry (*a man*)

CHAPTER 6

Verbs
Động Từ

Clothing Culture – *Y Phục*

The Vietnamese woman wears her traditional **áo dài** "long tunic"
and **nón lá** "conical hat" on several cultural occasions.

Verbs in Vietnamese are "simple" in the sense that they do not change their forms for any grammatical information (tense, person, number, etc.). Like in most languages, Vietnamese verbs follow the subject of a sentence but can be preceded by negative adverbs such as **không** "not," **chẳng** "not," **chưa** "not yet" or **không bao giờ** "never." A verb can be directly followed by another verb (without any preposition in between)

6.1 TO BE-equivalent verbs

In Vietnamese, there are five verbs equivalent to the English verb "to be," also known as *linking verbs* because they come before an element that refers back to the subject of a sentence.

6.1.1 The verb LÀ

The verb **là** is usually followed by a noun or a noun phrase, indicating identity, professions, possession, dates, time and other types of information.

(1) a. Áo này **là** loại áo gì?
   ahw² năy⁵ la⁵ lwie⁶ ahw² yee⁵
   What kind of top is this?

   b. Cô Hồng **là** thợ may, phải không?
   koh¹ hohngm⁵ la⁵ thuh⁶ măy¹ fie⁴ khohngm¹
   Miss Hong is a seamstress, isn't she?

   c. Mấy cái quần tây này **là** của ai?
   may² kie² kwun⁵ tay¹ năy⁵ la⁵ koouh⁴ ie¹
   Whose pants are these?

   d. Hôm nay **là** thứ mấy?
   hohm¹ năy¹ la⁵ thữ² may²
   What day is today?

   e. Bây giờ **là** mấy giờ rồi?
   bay¹ yuh⁵ la⁵ may² yuh⁵ rohy⁵
   What time is it?

Là can also be followed by an adjective or adjective phrase, especially in formal writing:

(2) Việc ăn mặc **là** rất quan trọng trong quan hệ nghề nghiệp.
   vyehk⁶ ăn¹ măk⁶ la⁵ rut² kwan¹ trahngm⁶ trahngm¹ kwan¹ heh⁶ ngeh⁵ ngyehp⁶
   Dressing up is very important with regards to professional relationships.

In speaking, **là** can be used before a descriptive adjective for emphasis:

(3) Ngày nay, áo bà ba **là** khá phổ thông ngay cả ở thành thị.
   ngăy⁵ năy¹ ahw² ba⁵ ba¹ la⁵ kha² foh⁴ thohngm¹ ngăy¹ ka⁴ uh⁴ thănh⁵ thee⁶
   Nowadays the southern Vietnamese blouse is pretty popular even in the cities.

When used in negative sentences or Yes-No questions, **là** is usually preceded by the word **phải** "right":

(4) a. Quần tây **không phải là** loại y phục thực dụng ở thôn quê.
   kwun⁵ tay¹ khohngm¹ fie⁴ la⁵ lwie⁶ ee¹ fookp⁶ thŭk⁶ yoongm⁶ uh⁴ thohn¹ kweh¹
   Pants are not a practical type of clothing in the countryside.

   b. Khăn đóng **có phải là** chỉ dành cho phụ nữ không?
   khăn¹ dahngm² kah² fie⁴ la⁵ chee⁴ yănh⁵ chah¹ foo⁶ nŭ³ khohngm¹
   Are turbans exclusively for women?

6.1.2 The verb THÌ

The verb **thì** is followed by an adjective or adjective phrase:

(5) Nón lá **thì** đẹp nhưng không phải ở đâu cũng đội được.
   nahn² la² thee⁵ dep⁶ nhŭng¹ khohngm¹ fie⁴ uh⁴ dohw¹ koongm³ dohy⁶ dŭukk⁵
   Conical hats are beautiful but they cannot be worn just anywhere.

More often than not, **thì** is omitted in the sentence:

(6) a. Cái váy này Ø dễ thương quá nhưng nó không vừa với tôi.
   kie² văy² năy⁵ yeh³ thŭuhng¹ kwa² nhŭng¹ nah² khohngm¹ vŭuh⁵ vuhy² tohy¹
   This skirt is so cute, but it does not fit me.

   b. Loại vải này Ø bền lắm, phải không?
   lwie⁶ vie⁴ năy⁵ behn⁵ lăm⁷ fie⁴ khohngm¹
   This fabric is very durable, isn't it?

When appearing before adjectives in two consecutive sentences for contrasting purposes, **thì** is usually omitted in the first one and kept in the second:

(7) Áo khoác Ø dễ mặc, còn áo choàng thì kén thời tiết hơn.
   ahw² khwak² yeh³ măk⁵ kahn⁵ ahw² chwang⁵ thee⁵ ken² thuhy⁵ tyeht² huhn¹
   Jackets are easy to wear, whereas coats are more weather dependent.

In the negative form, **thì** comes before the word **không**:

(8) Đôi giày cao gót đó **thì không** hợp với tôi.
   dohy¹ yăy⁵ kahw¹ gaht² dah² thee⁵ khohngm¹ huhp⁶ vuhy² tohy¹
   Those high heels do not suit me.

6.1.3 The verb ở

Besides meaning "to stay" or "to live," the verb ở is equivalent to "to be" in the sense of "to be located."

(9) Nhà vẽ kiểu thời trang đang ở đâu vậy?
    nha⁵ ve³ kyehw⁴ thuhy⁵ trang¹ dang¹ uh⁴ dohw¹ vay⁶
    Where is the fashion designer now?

In colloquial Vietnamese, ở can be omitted in most sentences.

(10) a. Tiệm may ở đâu? → Tiệm may Ø đâu?
       tyehm⁶ măy¹ uh⁴ dohw¹
       Where is the tailor shop?

    b. Nó ở bên phải. → Nó Ø bên phải.
       nah² uh⁴ behn¹ fie⁴
       It's on the right.

This verb is not to be confused with ở as a preposition of location, especially when it is used with another verb:

(11) a. Cái áo sơ-mi xanh đang nằm ở trên giường.
       kie² ahw² shuh¹ mee¹ sănh¹ dang⁵ năm⁵ uh⁴ trehn¹ yŭuhng⁵
       The blue shirt is on the bed.

    b. Tôi mua cái áo đầm này ở Sài Gòn.
       tohy¹ moouh¹ kie² ahw² dum⁵ năy⁵ uh⁴ shie⁵ gahn⁵
       I bought this dress in Saigon.

6.1.4 The verb BỊ

This verb is used before an adjective considered "unfavorable" from the speaker's point of view.

(12) a. Cái áo thun đó bị rách rồi.
       kie² ahw² thoon¹ dah² bee⁶ răch² rohy⁵
       That T-shirt is already torn.

    b. Đôi giày này hơi bị rộng.
       dohy¹ yăy⁵ năy⁵ huhy¹ bee⁶ rohngm⁶
       These shoes are a bit big.

Bị is oftentimes omitted in sentences:

    a. Cái áo thun đó Ø rách rồi.

    b. Đôi giày này hơi Ø rộng.

6.1.5 The verb ĐƯỢC

This verb is the opposite of **bị**, when it is used before an adjective considered "favorable" from the speaker's point of view.

(13) a. Mấy đôi guốc này không **được** đẹp lắm.
        may² dohy¹ gwohk² năy⁵ khohngm¹ dŭuhk⁶ dep⁶ lăm²
        These clogs are not pretty.

      b. Dạo này xưởng may của bà có **được** đắt hàng không?
        yahw⁶ năy⁵ sŭuhng⁴ măy¹ koouh⁴ ba⁵ kah² dŭuhk⁶ dăt² hang⁵ khohngm¹
        Has your garment factory been doing well?

In many cases, **được** can also be optional:

    a. Mấy đôi guốc này không Ø đẹp lắm.

    b. Dạo này xưởng may của bà có Ø đắt hàng không?

6.2 Verbal aspects

Vietnamese verb forms do not show tenses for the past, the present or the future. The tense concept is expressed through contexts or time expressions.

(14) a. Ngày nào cô ấy cũng **mặc** quần jeans. (*Action construed as "present"*)
        ngăy⁵ nahw⁵ koh¹ ay² koongm³ măk⁶ kwun⁵ jeans
        She wears jeans every day.

      b. Hôm qua cô ấy **mặc** quần jeans trắng. (*Action construed as "past"*)
        hohm¹ kwa¹ koh¹ ay² măk⁶ kwun⁵ jeans trăng²
        She wore white jeans yesterday.

      c. Tuần tới cô ấy **mặc** quần jeans ống loe. (*Action construed as "future"*)
        twun⁵ tuhy² koh¹ ay² măk⁶ kwun⁵ jeans ohng² lwe¹
        She will wear flare jeans next week.

On the other hand, verbs in Vietnamese can be preceded by "aspect markers," or words that elaborate whether an action is completed, ongoing or planned ahead. These "aspect markers," while adding more context to the sentence, are not grammatically obligatory. Speakers can or can not use them in their sentences. Below is a chart of the aspect markers:

ASPECT MARKERS FOR VERBS			
Completed (action)	*On-going (action)*	*Planned – soon (action)*	*Planned – later (action)*
đã	**đang**	**sắp**	**sẽ**

(15) a. Bà Hoa ***đã thử*** cái áo dài mới may rồi. (*Action completed*)
           ba⁵ hwa¹ da³ thử⁴ kie² ahw² yie⁵ muhy² măy¹ rohy⁵
           Mrs. Hoa has already tried on her newly tailored Vietnamese dress.

     b. Mẹ tôi ***đang móc*** một cái áo len cho em bé. (*Ongoing action*)
           me⁶ tohy¹ dang¹ mahkp² moht⁶ kie² ahw² len¹ chah¹ em¹ be²
           My mom is crocheting a sweater for the baby.

     c. Chúng tôi ***sắp đi*** mua một ít vớ màu. (*Action planned – soon*)
           choongm² tohy¹ shăp² dee¹ moouh¹ moht⁶ eet² vuh² măw⁵
           We're going to shop for some color socks.

     d. Khi nào cô ***sẽ đan*** cái mũ len cho tôi? (*Action planned – later*)
           khee¹ nahw⁵ koh¹ she³ dan¹ kie² moo³ len¹ chah¹ tohy¹
           When will you knit a woolen cap for me?

In negative forms, the adverb **không** goes after **đã** and **sẽ**, but before **đang** and **sắp**:

(16) a. Tôi **đã không** gặp được cô thợ may.
           tohy¹ da³ khohngm¹ găp⁶ dǔuhk⁶ koh¹ thuh⁶ măy¹
           I haven't been able to meet with the seamstress.

     b. Chúng tôi **sẽ không** tham dự buổi trình diễn thời trang.
           choongm² tohy¹ she³ khohngm¹ tham¹ yǔ⁶ bwohy⁴ treenh⁵ yehn³ thuhy⁵ trang¹
           We will not go to the fashion show.

     c. Dạo này tôi **không đang** làm gì đáng kể.
           yahw⁶ năy⁵ tohy¹ khohngm¹ dang¹ lam⁵ yee⁵ dang² keh⁴
           I'm not doing anything important right now.

     d. Chúng tôi **không sắp** đi đâu cả.
           choongm² tohy¹ khohngm¹ shăp² dee¹ dohw¹ ka⁴
           We're not going to go anywhere.

Sentence (16a) can also be expressed with the adverb **chưa** "not yet":

(17) Tôi **chưa** gặp được cô thợ may.
tohy¹ chŭuh¹ gặp⁶ dŭuhk⁶ koh¹ thuh⁶ mặy¹

6.3 Modal verbs

A modal verb is a kind of *auxiliary verb* used before a main verb in a sentence to express necessity, ability, possibility, obligation or responsibility. The following are modal verbs in Vietnamese:

(18) a. **CẦN** – Cô **cần** vá cái áo lót này. (*Necessity*)
   koh¹ kun⁵ va² kie² ahw² laht² nặy⁵
   You need to mend this undershirt.

   b. **PHẢI** – Tôi **phải** sửa mấy cái quần tây đó. (*Obligation*)
   tohy¹ fie⁴ shŭuh⁴ may² kie² kwun⁵ tay¹ dah²
   I have to alter those pants.

   c. **NÊN** – Các chị **nên** mặc áo dài trong buổi lễ. (*Responsibility*)
   kak² chee⁶ nehn¹ mặk⁶ ahw² yie⁵ trahngm¹ bwohy⁴ leh³
   You should wear traditional dresses during the ceremony.

   d. **CÓ THỂ** – Bà **có thể** nới lưng quần ra cho tôi không? (*Ability*)
   ba⁵ kah² theh⁴ nuhy² lŭng¹ kwun⁵ ra¹ chah¹ tohy¹ khohngm¹
   Can you let out the waist of the pants for me?

To make negative sentences with these modal verbs, simply add **không** before them. In the negative form of **có thể**, speakers usually say or write **không thể**, although **có** can still be used:

(19) Cái nón này nhỏ quá, tôi **không thể** đội được.
kie² nahn² nặy⁵ nhah⁴ kwa² tohy¹ khongm¹ theh⁴ dohy⁶ dŭuhk⁶
This hat is too small. I can't wear it.

Cần can also be used as a lexical verb:

(20) Các cô **cần** bao nhiêu đôi guốc?
kak² koh¹ kun⁵ bahw¹ nhyehw¹ dohy¹ gwohk²
How many pairs of clogs do you need?

6.4 Imperative forms

The bare form of a verb can be used to give commands, orders, instructions or directions:

(21) a. **Giở** nón ra! (*Familiar tone, lack of politeness or respect*)
    yuh⁴ nahn² ra¹
    Take off your hat!

    b. **Bẻ** gấu quần lên hai phân. (*Sewing instruction*)
    be⁴ gohw² kwun⁵ lehn¹ hie¹ fun¹
    Fold up the edges of the pant legs by two inches.

    c. **Chạy** chậm lại. (*Street sign*)
    chăy⁶ chum⁶ lie⁶
    Slow down.

To "tone down" a command, a term of address can be added before the verb. Thus, (21a) can be said as: ***Em** giở nón ra!*

More nuances can be expressed in imperative sentences with the use of particles, whose positions with regards to the verbs should be taken into consideration:

(22) a. Chị mặc thử cái áo đầm này **đi**! (*Mild urge*)
    chee⁶ măk⁶ thử⁴ kie² ahw² dum⁵ năy⁵ dee¹
    Go ahead and try this dress on!

    b. Con nhớ ủi áo quần **nhé**! (*Friendly urge*)
    kahn¹ nhuh² ooy⁴ ahw² kwun⁵ nhe²
    Remember to iron the clothes, OK?

    c. Em **cứ** giặt vớ của em riêng. (*Encouragement*)
    em¹ kử² yăt⁶ vuh² koouh⁴ em¹ ryehng¹
    Just wash your socks separately.

    d. **Hãy** ăn mặc chỉnh tề khi đi họp. (*Formal command*)
    hăy³ ăn¹ măk⁶ cheenh⁴ teh⁵ khee¹ dee¹ hahp⁶
    Dress appropriately for a meeting.

    e. **Xin** sấy quần áo vào ban ngày. (*Polite command*)
    seen¹ shay² kwun⁵ ahw² vahw⁵ ban¹ ngăy⁵
    Please dry the clothes during the day.

    f. Em phơi mấy cái áo này **giùm** anh. (*Asking for help*)
    em¹ fuhy¹ may² kie² ahw¹ năy⁵ yoom⁵ ănh¹
    Help me hang dry these shirts.

g. **Mời** cô mang thử đôi giày cao gót này. (*Invitation*)
muhy⁵ koh¹ mang¹ thử⁴ dohy¹ yǎy⁵ kahw¹ gaht² nǎy⁵
Please try these high heels on.

To make a negative command, add **đừng** before the verb:

(23) **Đừng** mang áo tắm theo.
dǔng⁵ mang¹ ahw² tǎm² thew¹
Don't bring any swimsuits.

More than one particle can be used with a command to express several nuances on the speaker's part:

(24) a. **Cứ** xếp quần áo **giùm** tôi **đi**! (*Encouragement + Asking for help + Mild urge*)
kǔ² sehp² kwun⁵ ahw² yoom⁵ tohy¹ dee¹
Just go ahead and help me fold the clothes.

b. **Xin mời** bà choàng thử cái khăn này **nhé**. (*Polite command + Invitation + Friendly urge*)
seen¹ muhy⁵ ba⁵ chwang⁵ thử⁴ kie² khăn¹ nǎy⁵ nhe²
Please try on this scarf, OK?

6.5 Passive constructions

An "active" sentence is a construction containing a *subject*, a *verb* and a *direct object*, as in the following example:

(25) Bà Thuỷ vẽ kiểu cái áo dài này. (*Active sentence*)
ba⁵ thwee⁴ ve⁴ kyehw⁴ kie² ahw² yie⁵ nǎy⁵
Mrs. Thuỷ designed this traditional dress.

If the focus is on **cái áo dài này**, a "passive" sentence is needed, where **cái áo dài này** becomes the *subject* of the new sentence and **bà Thuỷ** becomes an *agent complement*. The verb **là** "to be" is used as an auxiliary verb and the preposition **do** "by" appears before the agent complement. The main verb comes last in this construction:

(26) Cái áo dài này **là do** bà Thuỷ vẽ kiểu. (*Passive sentence*)
kie² ahw² yie⁵ nǎy⁵ la⁵ yah¹ ba⁵ thwee⁴ ve³ kyehw⁴
This traditional dress was designed by Mrs. Thuỷ.

Consider one more example:

(27) Công ty thời trang đó **là do** ông Huy thành lập
kohngm¹ tee¹ thuhy⁵ trang¹ dah² la⁵ yah¹ ohngm¹ hwee¹ thănh⁵ lup⁶
That fashion company was established by Mr. Huy.

The passive construction with **là do** is used when the subject is *inanimate* (or non-human). When a subject is *animate* (human), the verb **được** "to be" replaces **là** and the preposition **do**. Thus, an active sentence like *Giới thời trang rất mến phục bà Thuỷ* "The fashion world admires Mrs. Thuỷ very much" will become the following passive sentence:

(28) Bà Thuỷ **được** giới thời trang rất mến phục.
ba⁵ thwee⁴ dŭuhk⁶ yuhy² thuhy⁵ trang¹ rut² mehn² fookp⁶
Mrs. Thuỷ is very much admired by the fashion world.

Được is usually used in cases considered "favorable":

(29) a. Tôi **được** anh ấy tặng một cái áo choàng da.
tohy¹ dŭuhk⁶ ănh¹ ay² tăng⁶ moht⁶ kie² ahw² chwang⁵ ya¹
I was given a leather coat by him.

b. Cô người mẫu **được** ban giám khảo trao giải nhất.
koh¹ ngŭuhy⁵ mohw³ dŭuhk⁶ ban¹ yam² khahw⁴ trahw¹ yie⁴ nhut²
The model was awarded the grand prize by the judging panel.

By contrast, the verb **bị** "to be" is used in cases deemed to be "unfavorable":

(30) a. Cái váy này **bị** ai cũng chê cả.
kie² văy² năy⁵ bee⁶ ie¹ koongm³ cheh¹ ka⁴
This skirt is disliked by everyone.

b. Bà chủ tiệm may **bị** khiển trách vì giao hàng trễ.
ba⁵ choo⁴ tyehm⁶ măy¹ bee⁶ khyehn⁴ trăch² vee⁵ yahw¹ hang⁵ treh⁴
The tailor shop owner was reprimanded for late deliveries.

As can be observed, **được** and **bị** can appear in passive sentences with inanimate and animate subjects.

PRACTICE EXERCISES

A. TO BE-equivalent verbs

Complete each of the following sentences with a correct *verb* (**là, thì, ở, bị, được**) in the short blank AND a *noun* in the long blank (from the list given below):

quần lưng thun   áo dài   khăn choàng   nón lá   khăn đóng

1. _____ _____ quốc phục của người Việt.
   The traditional dress is the national garment of the Vietnamese people.

2. _____ _____ _____ thích hợp với các buổi lễ truyền thống.
   The turban is suitable for traditional ceremonies.

3. Cái _____ để mặc với áo dài _____ rách nhiều chỗ.
   The elastic waist pants to be worn with the traditional dress are torn in many places.

4. Cái _____ mới mua của tôi _____ đâu rồi?
   Where is my newly bought conical hat?

5. Cái _____ này không _____ sang mấy.
   This scarf is not that classy.

Though no longer used every day, **áo tứ thân** "four-panel tunic," the northern traditional dress, is still worn at cultural events or in operas.

B. Verbal aspects

Complete each sentence with a correct *aspect marker* (**đã, đang, sắp, sẽ**) in the short blank AND a *verb* in the long blank (from the list given below):

> **may   bóp   sửa   móc   dệt   thêu   vá   đan**

1. Chị _____ _____ cái áo len cho em bé chưa?
    Have you knitted a sweater for the baby?

2. Mẹ tôi _____ _____ nhiều mẫu rất lạ mắt.
    My mom is going to embroider many new patterns.

3. Tôi _____ không có thì giờ để _____ bộ quần áo ngủ cho anh.
    I will not have time to sew the nightclothes for you.

4. Ai _____ _____ đôi vớ của em vậy?
    Who's mending your socks?

5. Cô ấy _____ _____ khăn choàng cho mùa đông.
    She is going to crochet some scarfs for the winter.

6. Xưởng chúng tôi _____ _____ một loại vải mới.
    Our factory is weaving a new kind of fabric.

7. Khi nào bà _____ _____ bộ vét này cho tôi?
    When will you alter this suit for me?

8. Tôi _____ _____ ống quần cho anh rồi đó.
    I have already taken in your pants' cuffs.

C. Modal verbs

Write sentences in Vietnamese with modal verbs (**cần, phải, nên, có thể**) according to the suggestions in English. Refer to the Topical Vocabulary or a dictionary for help with some words.

1. I **cannot** take these tight pants off.

    _____

2. You **should** borrow a conical hat for this occasion.

_____

3. We **must** wear elastic waist pants together with a traditional dress.

_____

4. Does she **need** to hem this skirt?

_____

5. Can you **stitch** the sleeves to the body of the shirt?

_____

D. Imperative sentences

Write imperative sentences in Vietnamese, based on the suggestions in English and the imperative nuances in parentheses. Refer to the Topical Vocabulary or a dictionary for help with some words.

1. Wear uniforms during the flag salutation ceremony. (*To students – Formal*)

_____

2. Don't take off your shoes. (*To some friends – Friendly urge*)

_____

3. Go ahead and put on your socks. (*To kids – Mild urge*)

_____

4. Iron these shirts for me please. (*To your younger sister – Asking for help*)

_____

5. Please take a look at these new ties. (*To a male customer – Invitation*)

_____

6. Please wear formal attires for the reception. (*To guests – Polite request*)

   _____

7. Just try on any dress you like. (*To customers – Encouragement*)

   _____

8. Sell your used clothing here. (*To the general public – Bare form*)

   _____

E. Passive sentences

Change the following active sentences into passive ones, using the auxiliary verbs suggested in parentheses.

1. Chị tôi may cái áo đầm màu hồng này. (**là do**)
    My older sister made this pink dress.

   _____

2. Cô ấy sẽ thêu cái áo dài đó bằng chỉ màu. (**được**)
    She will embroider that traditional dress with color threads.

   _____

3. Mẹ bắt em Bi mặc áo len. (**bị**)
    Mom made little Bi wear a sweater.

   _____

4. Em tôi nghĩ ra kiểu áo khoác đó. (**là do**)
    My younger sister came up with the design of that jacket.

   _____

5. Bà Vân dạy tôi may áo bà ba. (**được**)
    Mrs. Vân taught me how to make traditional southern tops.

   _____

PROVERB – TỤC NGỮ
Ăn lấy chắc, mặc lấy bền.

Eating lots of rice keeps you full all day long, and wearing clothes
made of sturdy fabric makes working in the fields comfortable.

LITERAL MEANING

Eat solid food and wear durable clothing.

FIGURATIVE MEANING

Make sure everything you do will bring about the most benefits possible.

CULTURAL ASPECT

Living in a developing country, people, especially those in the countryside, make
eating and dressing a necessity rather than an enjoyment.

TOPICAL VOCABULARY – TỪ VỰNG THEO CHỦ ĐỀ

NOUNS – DANH TỪ

áo   top, shirt, blouse

áo bà ba   southern shirt or blouse

áo choàng   coat

áo dài   Vietnamese tunic

áo đầm   dress

áo khoác   jacket

áo len   sweater

áo lót   undershirt

áo sơ-mi   shirt, blouse

áo thun   T-shirt

da   leather

dép   flip-flop

găng tay   glove

giày   shoe

giày cao gót   high heels

guốc   clog

khăn choàng   scarf

khăn đóng   turban

kính   glasses

mũ   cap

nhà vẽ kiểu   designer

nịt   belt

nón lá   conical hat

quần (tây)   pants

quần lót   underwear

thợ may   tailor, seamstress

thời trang   fashion

vải   fabric

váy   skirt

vớ   sock

y phục/áo quần   clothing

ADJECTIVES – TÍNH TỪ

(bằng) len   woolen

bền   durable

chật   tight

dài   long

ngắn   short

phổ thông   popular, common

rách   torn

rộng   loose

thực dụng   practical

vừa   fitting

VERBS – ĐỘNG TỪ

đan   to knit

dệt   to weave

đội   to wear (*headwear*)

giặt   to wash

mặc   to wear (*clothing*); to dress

mang/đeo   to wear (*accessories*)

may   to sew

móc   to crochet

sấy   to dry

sửa   to alter

thêu   to embroider

thử   to try on

ủi   to iron

vá   to mend, to patch up

vẽ kiểu   to design

CHAPTER 7

Adjectives
Tính Từ

Life in the Countryside – *Cuộc Sống Miền Quê*

The idyllic life in the countryside is often depicted with the image of the familiar water buffalo on whose back happily sits a kid playing the flute.

Vietnamese is rich in adjectives, thanks to two vocabulary sources: One consists of adjectives of Vietnamese origin, and the other includes Sino-Vietnamese adjectives (derived from Chinese counterparts). Consequently, the positions of adjectives with regard to nouns vary according to their origin: Vietnamese adjectives follow a noun and Sino-Vietnamese adjectives precede a noun. Also, the usage of adjectives depends on styles, meaning, written vs. spoken, formal vs. informal, literal vs. figurative, etc.

7.1 Simple adjectives

An adjective considered "simple" if it is a *single word*. A large number of words in Vietnamese are *monosyllabic*, or the ones that contain only one syllable, such as **lớn** "big," **nhỏ** "small," **cao** "tall/high," **thấp** "short/low," **dài** "long," **ngắn** "short," **rộng** "wide," **hẹp** "narrow," **đẹp** "beautiful," **xấu** "unattractive," **vui** "happy," **buồn** "sad," etc.

It has long been believed, mistakenly, that Vietnamese is a "monosyllabic language", meaning all words in the language have only one syllable. While it is true that there are many, many words in Vietnamese that are monosyllabic, there exist also a considerable number of words that have two or more syllables (though, admittedly, the ones with three syllables are rare). The misunderstanding about "Vietnamese being a monosyllabic language" stems from the fact that in Vietnamese spelling, each written unit is not necessarily a "word" but rather a "syllable." This means that if a word has two syllables, there is a space between them.

There are adjectives, the topic of this chapter, that come with two syllables, for example, **hồi hộp** "nervous," **mắc cỡ** "embarrassed," **rụt rè** "shy," **dịu dàng** "tender," **cồng kềnh** "bulky," **hững hờ** "indifferent," **khúc khuỷu** "winding," **bơ vơ** "lonely," etc.

A word is different from a syllable is that the former has a meaning and the latter is meaningless. Take the adjective **hồi hộp** "nervous" as an example. Separately, **hồi** is a noun meaning "period" and **hộp** is a noun meaning "box." However, these two meanings are unrelated to the meaning of the adjective **hồi hộp**. Thus **hồi** and **hộp** should be treated as meaningless syllables that form the adjective. As such, adjectives with two syllables as shown above and many more are in the same category of "simple adjectives" as the monosyllabic ones.

(1) Làng tôi có dòng sông **đẹp**, với làn nước **lững lờ** trong những ngày hè nắng **gắt**.
     lang[5] tohy[1] kah[2] yahngm[5] shohngm[1] dep[6] vuhy[2] lan[5] nŭuhk[2] lŭng[3] luh[5] trahngm[1] nhŭng[3] ngăy[5] he[5] năng[2] gắt[2]
     My village has a beautiful river with a sluggish flow under the blazing sun on summer days.

7.2 Compound adjectives

Compound adjectives in Vietnamese usually consist of *two simple, monosyllabic adjectives*. This type of adjectives is further identified as *coordinate compound adjectives* and *subordinate compound adjectives*.

7.2.1 Coordinate compound adjectives

A coordinate compound adjective contains two adjectives that equally contribute to the meaning of the whole unit: **vui** "happy" + **mừng** "glad" = **vui mừng** "pleased, cheerful"; **cao** "tall, high" + **lớn** "big" = **cao lớn** "husky, imposing"; **xinh** "pretty" + **đẹp** "beautiful" = **xinh đẹp** "good-looking, gorgeous"; **tươi** "fresh" + **mát** "cool" = **tươi mát** "lively," etc.

(2) Mặc cho cuộc sống **khó nhọc**, người dân quê tôi lúc nào cũng **vui tươi**, yêu đời.

măk⁵ chah¹ kwohk⁶ shohngm² khah² nhahkp⁶ ngŭuhy¹ yun¹ kweh¹ tohy¹ lookp² nahw⁵ koongm³ vooy¹ tŭuhy¹ yehw¹ duhy⁵

Despite their lives of arduous toil, people in my village are always happy and cheerful.

7.2.2 Subordinate compound adjectives

Subordinate compound adjectives are the ones that have an adjective as the primary element, modified by another word. The modifying word can be a noun or a verb: **đói** "hungry" + **bụng** "stomach" = **đói bụng** "hungry"; **khát** "thirsty" + **nước** "water" = **khát nước** "thirsty"; **buồn** "feeling like" + **ngủ** "to sleep" = **buồn ngủ** "sleepy"; **đáng** "worth" + **giá** "price" = **đáng giá** "valuable"; **nhạy** "sensitive" + **cảm** "to feel, to sense" = **nhạy cảm** "sensitive, emotional"; **hiếu** "fond" + **học** "to learn" = **hiếu học** "studious"; **dễ** "easy" + **thương** "to love" = **dễ thương** "lovely, lovable," etc.

(3) Việc cày cấy ngày nay đã có nhiều tiến bộ **đáng kể** về mặt kỹ thuật.

vyehk⁶ kăy² kay² ngăy⁵ năy¹ da³ kah² nhyehw⁵ tyehn² boh⁶ dang² keh⁴ veh⁵ mặt⁶ kee³ thwut⁶

Cultivating activities have a lot of considerable progress in technology nowadays.

7.2.3 Sino-Vietnamese compound adjectives

There are many compound adjectives that have Chinese origin and used hand in hand with their Vietnamese counterparts. Their formations are rich and flexible in the combination of different parts of speech: **lịch** "to experience" + **sự** "thing" → **lịch sự** "polite"; **lễ** "courtesy" + **phép** "rule" → **lễ phép** "respectful"; **quan** "concerning" + **trọng** "heavy" → **quan trọng** "important"; **nghiêm** "strict" + **túc** "respectful" → **nghiêm túc** "serious"; **bí** "secret" + **mật** "confidential" → **bí mật** "secret, secretive"; **bất** "not" + **lương** "good" → **bất lương** "dishonest"; **vô** "without" + **danh** "name" → **vô danh** "nameless, anonymous"; **cẩn** "carefully" + **thận** "cautious" → **cẩn thận** "careful"; **tử** "minutely" + **tế** "fine, small" → **tử tế** "nice, thoughtful"; **bình** "usual" + **thường** "common" → **bình thường** "normal, usual," etc.

(4) a. Ai lại không thích cuộc sống **bình dị** và **mộc mạc** ở miền quê Việt Nam?
ie¹ lie⁶ khohngm¹ theech² kwohk⁶ shohngm² beenh⁵ yee⁶ va⁵ mohkp⁵ mak⁶ uh⁴ myehn⁵ kweh¹ vyeht⁶ nam¹
Who would not like the simple and idyllic life in the Vietnamese countryside?

b. Nông dân trong làng rất **an phận**, chỉ mong có được những tháng ngày **yên ổn** với con trâu, cái cày.
nohngm¹ yun¹ trahngm¹ lang⁵ rut² an¹ fun⁶ chee⁴ mahngm¹ kah² dŭuhk⁵ nhŭng³ thang² ngăy⁵ yehn¹ ohn⁴ vuhy² kahn¹ trohw¹ kie² kăy⁵
The peasants in the village desire no more than peaceful days with their water buffaloes and plows.

c. Các cô thôn nữ ở đây lúc nào cũng **cần mẫn** và **lạc quan**.
kak² koh¹ thohn¹ nŭ³ uh⁴ day¹ lookp² nawh⁵ koongm³ kun⁵ mun³ va⁵ lak⁶ kwan¹
The country girls here are always hard-working and optimistic.

7.3 Emphasized adjectives

Adjectives in this category are formed with an adjective followed by a meaningless syllable with an emphatic effect on the adjective. A unique characteristic of these syllables is that each of them idiomatically goes with a specific adjective: **nặng** "heavy" + **trịch** (*meaningless syllable*) = **nặng trịch** "very heavy"; **nhẹ** "light" + **hều** (*meaningless syllable*) = **nhẹ hều** "very light"; **đắng** "bitter" + **nghét** (*meaningless syllable*) = **đắng nghét** "very bitter"; **ngọt** "sweet" + **xớt** (*meaningless syllable*) = **ngọt xớt** "very sweet"; **ốm** "skinny" + **nhách** (*meaningless syllable*) = **ốm nhách** "very skinny"; **giàu** "rich" + **sụ** (*meaningless syllable*) = **giàu sụ** "very rich," etc.

(5) Sau mùa gặt, vựa nhà nào cũng **đầy ắp** những hạt lúa **thơm ngát**.
shăw¹ moouh⁵ găt⁶ vŭuh⁶ nha⁵ nahw⁵ koongm³ day⁵ ăp² nhŭng³ hat⁶ loouh² thuhm¹ ngat²
After the harvest, the barn in every house is brimmed with sweet-smelling rice grains.

7.4 Phrasal adjectives

Adjectives in this category are formed with an adjective followed by another word. What makes them different from other types of adjectives is that they are actually derived from phrases that express comparison or result. One or more words in the phrases are deleted, leaving behind only the adjective and one more word: *trẻ như măng* "as young as a bamboo shoot" → **trẻ măng** "very youthful";

liến như khỉ "as sly as a monkey" → **liến khỉ** "very sly"; *êm như ru* "as soothing as a lullaby" → **êm ru** "very soothing"; *đói đến lả người* "starved to the point of being exhausted" → **đói lả** "starving"; *nhẹ đến nỗi có thể nhấc bổng lên* "so light (it) can be lifted up" → **nhẹ bổng** "feather-light"; *nặng đến trĩu xuống* "so heavy that (it) weighs down (something)" → **nặng trĩu** "laden," *trắng như trứng gà bóc* "as white as a peeled (hard-boiled) egg" → **trắng bóc** "snow-white," etc.

(6) Tôi nhớ đến làng quê qua hình ảnh những cây lúa **nặng trĩu** hạt vào mùa gặt và tiếng sáo diều **êm ru** trong buổi chiều hè.
tohy¹ nhuh² dehn² lang⁵ kweh¹ kwa¹ heenh⁵ ănh⁴ nhũng³ kay¹ loouh² năng⁶ treew³ hat⁶ vahw⁵ moouh⁵ gặt⁶ va⁵ tyehng² shahw² yehw⁵ ehm¹ roo¹ trahngm¹ bwohy⁴ chyehw⁵ he⁵
I reminisce about my home village through the image of rice plants laden with grains during harvest time and the soothing sound of kite flutes on a summer afternoon.

Flying kites is one of the fun activities enjoyed by children in the countryside.

Phrasal adjectives are formed idiomatically. Not all adjectival phrases can be turned to phrasal adjectives. For example, phrases like *chậm như rùa* "as slow as a tortoise" cannot become **chậm rùa, or *nhanh như cắt* "as fast as a falcon" cannot be shortened to **nhanh cắt.

Phrasal adjectives, as well as emphasized adjectives (7.3), cannot be used with adverbs of degree (**rất** "very," **lắm** "so," **quá** "too," etc.). Thus, it is wrong to say ***rất ốm nhách**, ***trẻ măng lắm** or ***nhẹ bổng quá**.

7.5 Reduplicative adjectives

In spoken Vietnamese, many monosyllabic adjectives can be simply said twice (a phenomenon known as *full reduplication*). Interestingly, when an adjective is fully reduplicated, its meaning usually becomes diminished: **xanh** "green" → **xanh xanh** "greenish"; **nhỏ** "small" → **nhỏ nhỏ** "smallish"; **ngọt** "sweet" → **ngọt ngọt** "sweetish," etc.

(7) **Những cánh đồng lúa xanh xanh dường như trải rộng đến tận chân trời.**
      *nhũng³ kănh² dohngm⁵ loouh² sănh¹ sănh¹ yŭuhng⁵ nhũ¹ trie⁴ rohngm⁶ dehn²
      tun⁶ chun¹ truhy⁵*
      The greenish rice fields seem to spread to the horizon.

A number of full reduplicative adjectives have emphasized or intensified meanings: **ầm ầm** "roaring, blaring"; **ào ào** "swashing"; **đùng đùng** "rumbling," etc.

On the other hand, adjectives with *partial reduplication* consist of an adjective that is either preceded or followed by a meaningless syllable which "copies" the adjective in its tone, beginning consonant or rhyme. In the following examples, the adjective (the main element) is bold-faced: **nhỏ** nhắn "petite"; uể **oải** "sluggish," **êm** đềm "peaceful," **nhẹ** nhàng "gentle"; khang **khác** "slightly different"; đèm **đẹp** "somewhat beautiful"; **ngọt** ngào "sweet," etc.

In general, reduplicative adjectives express nuances and are more descriptive than their non-reduplicative counterparts.

(8) Dù sống xa quê hương, không ai có thể quên được tuổi thơ **êm đềm** và
      dòng sữa **ngọt ngào** của bà mẹ quê đã nuôi con khôn lớn.
      *yoo⁵ shohngm² sa¹ kweh¹ hŭuhng¹ khohngm¹ ie¹ kah² theh⁴ kwehn¹ dŭuhk⁶
      twohy⁴ thuh¹ ehm¹ dehm⁵ va⁵ yahngm⁵ shŭuh³ ngaht⁶ ngahw⁵ koouh⁴ ba⁵
      me⁶ kweh¹ da³ nwohy¹ kahn¹ khohn¹ luhn²*
      Although living far from home, nobody can forget their peaceful childhood and their rural mother's sweet milk that nourished them throughout their childhood.

A great number of *disyllabic simple adjectives* (7.1) show the tendency of reduplication, where the two meaningless syllables partially copy each other: **du dương** "melodious," **lung linh** "sparkling," **vất vả** "arduous," **tưng bừng** "jubilant," **xơ xác** "ragged," **kệch cỡm** "grotesque," etc.

7.6 Demonstrative adjectives

A demonstrative adjective indicates the distance between a speaker and a person or an object to which she or he is referring. **Này** "this" is the adjective used for someone or something near the speaker, **đó** "that" is used with a farther distance, and **kia** "that... over there" is used with the farthest distance. Demonstrative adjectives appear after nouns.

(9) a. Ngôi làng **này** có một dòng sông nhỏ chảy qua.
   ngohy¹ lang⁵ năy⁵ kah² moht⁶ yahngm⁵ shohngm¹ nhah⁴ chăy⁴ kwa¹
   This village has a small river running through it.

b. Những cánh đồng **đó** rất rộn rịp trong mùa lúa chín.
   nhŭng³ kănh² dohng⁵ dah² rut² rohn⁶ reep⁶ trahngm¹ moouh⁵ loouh² cheen²
   Those fields are very busy during the ripening rice season.

c. Các bác nông phu **kia** đang nghỉ ngơi sau buổi cày mệt nhọc.
   kak² bak² nohngm¹ foo¹ keeuh¹ dang¹ ngee⁴ nguhy¹ shăw¹ bwohy⁴ kăy⁵ meht⁶ nhahkp⁶
   Those peasants over there are resting after a tiring day of plowing.

To be distinguished from the demonstrative adjectives are the *demonstrative adverbs* **đây** "here," **đó** "there" and **đằng kia** "over there." Oftentimes, they also come after the preposition **ở** "in, on, at": **ở đây**, **ở đó**, and **ở đằng kia**.

(10) a. Nhiều người dân **ở đây** sống về nghề chăn nuôi thay vì làm ruộng.
   nhyehw⁵ ngŭuhy⁵ yun¹ uh⁴ day¹ shohngm² veh⁵ ngeh⁵ chăn¹ nwohy¹ thăy¹ vee⁵ lam⁵ rwohng⁶
   Many people here earn their living by raising farm animals rather than working the fields.

b. Các cô gái đứng **đó** hàng giờ để tát nước vào ruộng.
   kak² koh¹ gie² dŭng² dah² hang⁵ yuh⁵ deh⁴ tat² nŭuhk² vahw⁵ rwohng⁶
   The young women stood there for hours on end to irrigate the rice fields.

c. Cô có thấy mấy con trâu đang kéo cày **đằng kia** không?
   koh¹ kah² thay² may² kahn¹ trohw¹ dang⁵ kew² kăy⁵ dăng⁵ keeuh¹ khohngm¹
   Do you see those water buffaloes pulling plows over there?

7.7 Positions of adjectives in a noun phrase

The position of an adjective with regard to a noun depends on what category it belongs to. In general, the following chart shows the positions of different types of adjectives when they accompany a noun simultaneously. Note that a classifier, albeit listed, is not an adjective.

Numeral adjective	*Classifier*	NOUN	Color adjective	Descriptive adjective	Demonstrative adjective
năm	**con**	**gà**	**vàng**	**nhỏ**	**kia**
five	*animal*	*chick*	*yellow*	*small*	*those*
those five small yellow chicks					
mấy	**trái**	**bí**	**đỏ**	**lớn**	**này**
some	*fruit*	*pumpkin*	*red*	*big*	*these*
these big red pumpkins					

A descriptive adjective can precede a color adjective, provided that the color adjective goes with the noun **màu** "color": *hai con gà **nhỏ màu vàng** kia; mấy trái bí **lớn màu đỏ** này.*

    (11) a. **Ba** cái thúng đựng thóc **mới màu nâu này** là của tôi.
            ba[1] kie[2] thoongm[2] dũng[6] thahkp[2] muhy[2] măw[5] nohw[1] năy[5] la[5] koouh[4] tohy[1]
            These three new brown rice baskets are mine.

        b. **Hai** cây sào **đen cũ đó** đâu rồi?
            hie[1] kay[1] shahw[5] den[1] koo[3] dah[2] dohw[1] rohy[5]
            Where are those two old black poles?

As can be observed above, most types of adjectives appear after nouns. A number of adjectives of Chinese origin, however, appear before nouns, while their Vietnamese counterparts follow the nouns they describe. In the following examples, the order [adjective + noun] for Sino-Vietnamese adjectives is contrasted with the order [noun + adjective] for Vietnamese adjectives: **tân** tổng thống ~ tổng thống **mới** "new president, president-elect"; **cố** nhân ~ người yêu **cũ** "ex-lover"; **cổ** nhân ~ người **xưa** "ancient people, ancestors"; **đại** dương ~ biển **lớn** "large sea/ocean"; **bệnh** nhân ~ người **bệnh** "sick person, patient," etc.

7.8 Adjectives used in comparative and superlative sentences

7.8.1 Comparison of superiority

The adverb **hơn** "more" follows an adjective when two entities are compared:

    (12) a. Ngày nay, cuộc sống của người dân quê được **sung túc hơn** xưa nhiều.
            ngăy[5] năy[1] kwohk[6] shohngm[2] koouh[4] ngũuhy[5] yun[1] kweh[1] dũuhk[5]
            shoongm[1] tookp[2] huhn[1] sŭuh[1] nhyehw[5]
            Nowadays country people's life is much more comfortable than in the past.

b. Lúa gạo ở miền Nam lúc nào cũng **dồi dào hơn** ở miền Bắc.
*loouh² gahw⁶ uh⁴ myehn⁵ nam¹ lookp² nawh⁵ koongm³ yohy⁵ yahw⁵
huhn¹ uh⁴ myehn⁵ băk²*
Rice in the South is always more abundant than in the North.

7.8.2 Comparison of equality

The adverb **bằng** "equally" follows an adjective in a comparative sentence of equality:

(13) Trái cây ở miền Trung có **đa dạng bằng** ở miền Nam không?
*trie² kay¹ uh⁴ myehn⁵ troongm¹ kah² da¹ yang⁶ băng⁵ uh⁴ myehn⁵ nam¹
khohngm¹*
Are fruits in the Central as diverse as in the South?

Comparison of equality can also be expressed with **cũng... như...** "as... as...":

(14) Ở quê tôi, nghề bắt cua **cũng phổ biến như** nghề đan rổ.
uh⁴ kweh¹ tohy¹ ngeh⁵ băt² koouh¹ koongm³ foh⁴ byehn² nhŭ¹ ngeh⁵ dan¹ roh⁴
In my home village, crab catching is as popular as basket weaving.

7.8.3 Comparison of inferiority

Either **ít** "little" or **kém** "less" (both being adverbs) precedes an adjective, which in turn is followed by **hơn** in the comparison of this type.

(15) a. Đất ở vùng này **kém phì nhiêu hơn** những vùng lân cận.
*dut² uh⁴ voongm⁵ năy⁵ kem² fee⁵ nhyehw¹ huhn¹ nhŭng³ voongm⁵ lun¹
kun⁶*
The land in this region is less fertile than in neighboring regions.

b. Mùa gặt năm nay **ít vui hơn** những năm trước.
moouh⁵ găt⁶ năm¹ năy¹ eet² vooy¹ huhn¹ nhŭng³ năm¹ trŭuhk²
This year's harvest time is less lively than in years past.

Alternatively, comparison of inferiority can be expressed by a negative form of comparison of equality:

(16) Chợ phiên ở vùng đồng bằng **không nhộn nhịp bằng** chợ phiên ở vùng cao.
*chuh⁶ fyehn¹ uh⁴ voongm⁵ dohngm⁵ băng⁵ khohngm¹ nhohn⁶ nheep⁶ băng⁵
chuh⁶ fyehn¹ uh⁴ voongm⁵ kahw¹*
The delta regions' fairs are not as bustling as those in the highlands.

7.8.4 Comparison of superlative

To express an adjective in the superlative form, the adverb **nhất** "first, best, most" is used after it.

(17) a. Tôm cá từ sông ngòi ở miền Tây là **nhiều nhất** trong cả nước.
   tohm¹ ka² tử⁵ shohngm¹ ngahy⁵ uh⁴ myehn⁵ tay¹ la⁵ nhyehw⁵ nhut² trahgm¹ ka⁴ nŭuhk²
   Shrimp and fish from the rivers in the Southwest are the most abundant in the whole country.

   b. Hà Giang là tỉnh có ruộng bậc thang **ngoạn mục nhất** ở miền Bắc.
   ha⁵ yang¹ la⁵ teenh⁴ kah² rwohng⁶ buk⁶ thang¹ ngwan⁶ mookp⁶ nhut² uh⁴ myehn⁵ bak²
   Ha Giang is the province where there are the most spectacular rice terraces in the North.

The phrases **hơn cả/hơn hết** replace **nhất** when the idea "most/best of all" is expressed:

(18) a. Đi đâu rồi cũng thấy quê hương là **đẹp hơn cả**.
   dee¹ dohw¹ rohy⁵ koongm³ thay² kweh¹ hŭuhng¹ la⁵ dep⁶ huhn¹ ka⁴
   No matter where you go, you always realize that your home village is the most beautiful of all.

   b. Ở miền đồng bằng sông Cửu Long, chợ nổi Cái Răng ở Cần Thơ là khu chợ **sầm uất hơn hết**.
   uh⁵ myehn⁵ dongm⁵ băng⁵ shohngm¹ kŭw⁴ lahngm¹ chuh⁶ nohy⁴ kie² răng¹ uh⁴ kun⁵ thuh¹ la⁵ khoo¹ chuh⁶ shum⁵ wut² huhn¹ heht²
   In the Mekong River Delta, Cai Rang Floating Market in Can Tho is the most bustling market of all.

PRACTICE EXERCISES

A. Fill-in-the-blanks exercise

Complete the sentences below with a correct adjective from the given list, based on the context of each sentence. Use each adjective only once.

> dồi dào   hằng ngày   nhiều   phát triển   lớn
> truyền thống   quan trọng   rộng rãi   trống   náo nhiệt

1. Nhờ có máy cày và phân bón _____, nông nghiệp ở tỉnh này

   rất _____.
   Thanks to there being tractors and abundant fertilizers, agriculture in this province is highly developed.

2. Nhà ở thôn quê thường có sân _____, nơi người dân nuôi

   _____ gia súc để có thêm lợi tức.
   Houses in the countryside usually have spacious yards, where people raise domestic animals to earn extra incomes.

3. Nếu sân sau nhà có đất _____, người ta đào một cái ao

   _____ để nuôi tôm cá.
   If there is space available in the backyard, people dig out a large pond, where they raise shrimp and fish.

4. Chung quanh đình làng là nơi diễn ra những lễ hội _____ và

   các trò chơi _____ của thôn quê.
   The village's communal house area is where traditional festivals and uproarious games take place.

5. Thủ công nghệ đóng một vai trò _____ trong sinh hoạt

   _____ của người dân vùng này.
   Handicraft plays an important role in everyday activities of the people in this region.

B. Positions of adjectives and other modifiers of nouns

Based on the given sentences in English and the vocabulary in Vietnamese in parentheses, write equivalent sentences in Vietnamese, making sure adjectives and other modifiers are placed in correct order.

1. I want to buy these three gray ducklings. (*này – ba – xám – nhỏ – con VỊT*)

   _____

   _____

2. Do you need to borrow those brown bamboo baskets over there? (*kia – mấy – (màu) nâu – bằng tre – cái RỔ*)

   _____

   _____

3. Those immense golden rice fields lie sparkling in the morning sun. (*đó – mênh mông – chín vàng – cánh ĐỒNG LÚA // lung linh – ban mai // ánh NẮNG*)

   _____

   _____

4. This familiar tall dike is where I spent my unforgettable serene childhood on summer afternoons. (*này – thân quen – cao – con ĐÊ // của tôi – khó quên – êm đềm – TUỔI THƠ – hè – những – BUỔI CHIỀU*)

   _____

   _____

5. All those cheerful kids are walking through the old village road on their way to school. (*tất cả – đó – vui tươi – em THIẾU NHI // cũ kỹ – làng – con ĐƯỜNG – TRƯỜNG*)

   _____

   _____

C. Reduplicative adjectives

Match a reduplicative syllable in the following list with each adjective given below. A reduplicative syllable copies one or more of the following phonetic characteristics of the adjective: tone, initial consonant, initial vowel, or rhyme.

tho	mà	nề	o	lẽo	áp	nhàng	xắn	sủa	ớt	lao	khoản	chạp
ho	tăm	nhẹn	nhẵn	tràng	manh	bịu	dặn	lẳng	sệt	mẽ	sệt	

1. **nhẹ** "light"   → _____ "gentle"

2. **nặng** "heavy"   → _____ "heavy, burdensome"

3. **lớn** "big"   → _____ "significant"

4. **nhỏ** "small"   → _____ "petite"

5. **ốm** "skinny"   → _____ "bony"

6. **mạnh** "strong"   → _____ "powerful"

7. **yếu** "weak"   → _____ "feeble, sickly"

8. **nhanh** "quick"   → _____ "swift"

9. **chậm** "slow"   → _____ "slow-paced"

10. **xinh** "pretty"   → _____ "cute"

11. **thơm** "aromatic"   → _____ "good-smelling"

12. **mặn** "salty"   → _____ "beautiful"

13. **lạnh** "cold"   → _____ "freezing"

14. **ấm** "warm"   → _____ "cozy"

15. **hay** "skilled"   → _____ "interesting"

16. **bận** "busy"   → _____ "tied-up"

17. **lo** "worried"   → _____ "preoccupied"

18. **sợ** "scared"   → _____ "fearful"

19. **mỏng** "thin"   →   _____   "fragile"

20. **dày** "thick"   →   _____   "thick"

21. **sáng** "bright"   →   _____   "brilliant"

22. **tối** "dark"   →   _____   "obscure"

23. **sớm** "early"   →   _____   "early"

24. **trễ** "late"   →   _____   "tardy"

25. **khoẻ** "healthy"   →   _____   "relaxed"

D. Adjectives in comparative and superlative sentences

Write sentences according to the suggestions in parentheses. Each sentence will be accompanied by one of the following symbols: (+) Superlative; (=) Equality; (–) Inferiority and (👍) Superlative. Use the items for comparison in the given order. Add more words as needed for complete sentences.

Model:

(+) Năm nay/vụ Đông Xuân/vụ Hè Thu/được mùa (*this year/the Winter-Spring harvest/the Summer-Autumn harvest/productive*)
Năm nay vụ Đông Xuân được mùa HƠN vụ Hè Thu.

1. (=) Tôi nghĩ rằng/gạo tẻ/gạo nếp/bổ (*I think that/white rice/sticky rice/nutritious*)

   _____

2. (+) Cá đồng/cá sông/ngon/có... không? (*Rice fish/river fish/delicious?*)

   _____

3. (👍) Trong ba miền/nông nghiệp miền Trung/yếu kém (*of the three regions/agriculture in the Central/inadequate*)

   _____

4. (−) Vườn trái cây ở miền Bắc/vườn trái cây ở miền Nam/sum sê (*Orchards in the North/orchards in the South/luxuriant*)

_____

5. (+) Ngư nghiệp miền Trung/ngư nghiệp miền Bắc và miền Nam/phồn thịnh (*Fishery in the Central/fishery in the North and the South/prosperous*)

_____

PROVERB – TỤC NGỮ
Được bữa giỗ, lỗ buổi cày.

Country people enjoy themselves at cultural and social functions as much as they dedicate themselves to everyday field work.

LITERAL MEANING
Going to a death anniversary banquet means losing a plow day.

FIGURATIVE MEANING
You can't have your cake and eat it too.

CULTURAL ASPECT
Vietnamese people annually commemorate their loved ones' passing day. In the countryside, the day is usually observed with a lavish meal, to which family members and neighbors are invited. Those who work the fields every day, however, feel torn between an opportunity to gather with friends and enjoy sumptuous food and a working day that would otherwise be productive.

TOPICAL VOCABULARY – TỪ VỰNG THEO CHỦ ĐỀ

NOUNS – DANH TỪ

ao pond

buổi cày plowing day

cây lúa rice plant

cuộc sống life

đất land

đê dike

đình làng village communal house

đồng lúa rice field

gạo nếp sticky rice

gạo tẻ regular rice

gia súc farm animals

hạt grain

làng village

lễ hội festival

lúa rice

máy cày tractor

miền quê countryside

mùa gặt harvest

mùa lúa chín ripening rice season

người dân quê country people

nông dân farmer

nông nghiệp agriculture

nông phu peasant

phân bón fertilizers

quê hương home village; home country

ruộng field

sáo diều kite flute

thóc unhusked rice

thôn nữ country girl

thôn quê countryside

thủ công nghệ handicraft

thúng basket

trái cây fruit

trâu water buffalo

tre bamboo

vựa barn

ADJECTIVES – TÍNH TỪ

bình dị idyllic

cần mẫn hard-working

đa dạng diverse

dồi dào abundant

khó nhọc arduous

mộc mạc rustic

ngoạn mục spectacular

phì nhiêu fertile

phồn thịnh prosperous

sầm uất bustling

sum sê luxuriant

sung túc sufficient

VERBS – ĐỘNG TỪ

bắt cua to catch crabs

cày to plow

cấy to transplant (*rice*)

chăn nuôi to raise (*animals*)

chăn trâu to herd water buffaloes

đan rổ to weave a basket

đào ao to dig out a pond

kéo cày to pull a plow

làm ruộng to work the fields

tát nước to irrigate

CHAPTER 8
Adverbs
Trạng Từ

Life in the City – *Cuộc Sống Thành Thị*

Tắc-xi "taxis" and **xích-lô** "cyclos" were a familiar scene
in Saigon when it used to be known as the "Pearl of the Orient."

Adverbs are the type of words that modify verbs, adjectives, other adverbs and even sentences. In Vietnamese, most adverbs precede the elements that they modify and only a small number of them follow modified elements. Many adverbs share the same forms with their adjective counterparts, in which case they can be identified through structures and/or contexts.

8.1 Adverbs of degree

Adverbs of degree intensify the meaning of the words or phrases that they modify. The two most common ones that modify (and follow) verbs are **nhiều** "much, a lot" and its opposite **ít** "little, a little." The second one, **ít**, however, also precedes a verb where it means "hardly."

(1) a. Trời thường mưa **nhiều** vào mùa hè ở Sài Gòn.
   truhy⁵ thŭuhng⁵ mŭuh¹ nhyehw⁵ vahw⁵ moouh⁵ he⁵ uh⁴ shie⁵ gahn⁵
   In the summer, it usually rains a lot in Saigon.

   b. Vào những ngày oi ả, người dân thành phố đi lại **ít** hơn thường lệ.
   vawh⁵ nhŭng³ ngăy⁵ ahy¹ a⁴ ngŭuhy⁵ yun¹ thănh⁵ foh² dee¹ lie⁶ eet² huhn¹ thŭuhng⁵ leh⁶
   On sweltering days, the urbanites get around less than usual.

   c. Du khách ngoại quốc **ít** gặp cảnh kẹt xe trong những thành phố nhỏ.
   yoo¹ khăch² ngwie⁶ kwohk² eet² găp⁶ kănh⁴ ket⁶ se¹ trahngm¹ nhŭng³ thănh⁵ foh² nhah⁴
   Foreign tourists rarely see traffic jams in small cities.

The affirmative adverb **có** "yes" also functions as an adverb of degree when it comes before a verb to emphasize it, especially in the spoken language:

(2) Tôi **có** cố gắng không lái xe thường xuyên để góp phần bảo vệ môi trường chứ!
   tohy¹ kah² koh² găng² khohngm¹ lie² se¹ thŭuhng⁵ swyehn¹ deh⁴ gahp² fun⁵ bahw⁴ veh⁶ mohy¹ trŭuhng⁵ chŭ²
   I do try not to drive often to contribute to the protection of the environment!

A number of adverbs of degree modify adjective or other adverbs. Some of them come before the modified elements and some come after. In the following chart, where there is no indication, the adverbs can be used in both writing and speaking. Otherwise, the abbreviation *coll.* ("colloquial") will be put in parentheses for the adverbs used only in vernaculars. Adverbs that can appear before or after modified elements are listed as such.

ADVERBS OF DEGREE			
Adverb of degree		*Adverb of degree*	*Meaning*
rất			very
		lắm (*coll.*)	very, quite
khá	*ADJECTIVE/ ADVERB*		considerably, rather
cũng; hơi (*coll.*)			pretty, kind of
thật		**thật**	really
quá		**quá**	so, too

(3) a. Ngày nay, **rất** nhiều toà nhà cao tầng đã mọc lên ở các thành phố lớn.
*ngăy⁵ năy¹ rut² nhyehw⁵ twa⁵ nha⁵ kawh¹ tung⁵ da³ mahkp⁶ lehn¹ uh⁴ kak²
thănh⁵ foh² luhn²*
Nowadays quite a few high-rise buildings have sprung up in large cities.

b. Ngã tư này thường bị kẹt xe **lắm**!
nga³ tǔi năy⁵ thǔuhng⁵ bee⁵ ket⁶ se¹ lăm²
Traffic is very often jammed at this intersection.

c. Trong thập niên 70, Xa Lộ Biên Hoà đã **khá** hiện đại.
*trahngm¹ thup⁶ nyehn¹ băy⁴ mǔuhy¹ sa¹ loh⁶ byehn¹ hwa⁵ da³ kha² hyehn⁶
die⁶*
In the 70s, Bien Hoa Highway was considerably ahead of its time.

d. Phố đi bộ ở đây **hơi** vắng vẻ vào những ngày trong tuần.
foh² dee¹ boh⁶ uh⁴ day¹ huhy¹ văng² ve⁴ vahw³ nhǔng³ ngăy⁵ trahngm¹ twun⁵
The walking street here is kind of deserted on weekdays.

e. Vào những ngày lễ lớn, các công viên **thật** đông đúc.
vahw⁵ nhǔng³ ngăy⁵ leh³ luhn² kak² kohngm¹ vyehn¹ thut⁶ dohngm¹ dookp²
The parks are really crowded on big holidays.

f. Dân Sài Gòn ăn Tết lớn **quá**!
yun¹ shie⁵ gahn⁵ ăn¹ teht² luhn² kwa²
The Saigonese celebrate the Lunar New Year so festively!

The adverbs of degree are also used with verbs of emotion or perception (in the same positions shown in the chart above):

(4) a. Giới trẻ **rất** thích tụ tập ở công viên vào cuối tuần.
yuhy² tre⁴ rut² theech² too⁶ tup⁶ uh⁴ kohngm¹ vyehn¹ vahw⁵ kooy² twun⁵
Young people like to gather at the parks on weekends very much.

b. Tôi nhớ những gánh hàng rong trên hè phố ngày xưa **lắm**!
tohy¹ nhuh² nhǔng³ gănh² hang⁵ rahngm¹ trehn¹ he⁵ foh² ngăy⁵ sǔuh¹ lăm²
How I miss the street vending baskets in the old days!

c. Chúng tôi **cũng** hiểu rằng đời sống của công nhân ở thành phố rất vất vả.
*choongm² tohy¹ koongm³ hyehw⁴ răng⁵ duhy⁵ shohngm² koouh⁴ kohngm¹
nhun¹ uh⁴ thănh⁵ foh² rut² vut² va⁴*
We kind of understand that urban workers' lives are very difficult.

8.2 Adverbs of manner

An adverb of manner describes how an action or event (expressed by a verb) takes place. In many cases adverbs of manner share the same forms as their equivalent adjectives. Compare:

(5) a. Nhịp sống ở thành thị ngày nay rất **hối hả**. (**hối hả** *is used as an adjective*)
   nheep[6] shohngm[2] uh[4] thănh[5] thee[6] ngăy[5] năy[1] rut[2] hohy[2] ha[4]
   The rhythm of life in the city nowadays is very hurried.

   b. Xe cộ chạy **hối hả** trên đường phố vào giờ cao điểm. (**hối hả** *is used as an adverb*)
   se[1] koh[6] chăy[6] hohy[2] ha[4] trehn[1] dŭuhng[5] foh[2] vahw[5] yuh[5] kahw[1] dyehm[4]
   Cars move hurriedly on the streets at peak hours.

The phrase **một cách** "(in) a manner" can also be used before an adjective to turn it into an adverb. Thus, (4b) can be said as *"Xe cộ chạy **một cách hối hả** trên đường phố vào giờ cao điểm."*

Nevertheless, while **một cách** works well with disyllabic or compound adjectives such as **một cách hối hả**, **một cách vui vẻ** "happily," **một cách nghiêm trọng** "solemnly," etc., it does not combine with monosyllabic adjectives. If a monosyllabic adjective is to be combined with **một cách**, it should take one more syllable (a reduplicative one, for example) or another monosyllabic adjective (in compound forms) so the whole phrase will sound "nice and full." Examine the following examples:

(6) a. Đây là một tiệm bán thức ăn **nhanh**. (**nhanh** *is a monosyllabic adjective.*)
   day[1] la[5] moht[6] tyehm[6] ban[2] thŭk[2] ăn[1] nhănh[1]
   This is a fast-food restaurant.

   b. Nhân viên trong tiệm phục vụ khách **một cách nhanh nhẹn**. (**nhanh nhẹn** *is a disyllabic/reduplicative adjective used with **một cách** and functions as an adverb.*)
   nhun[1] vyehn[1] trahngm[1] tyehm[6] fookp[6] voo[6] khăch[2] moht[6] kăch[2] nhănh[1] nhen[6]
   The restaurant employees wait on their customers quickly.

   c. Siêu thị có **đủ** loại thực phẩm nội địa và nhập cảng. (**đủ** *is a monosyllabic adjective.*)
   shyehw[1] thee[6] kah[2] doo[4] thŭk[6] fum[4] nohy[6] deeuh[6] va[5] nhup[6] kang[4]
   The supermarket has all types of domestic and imported foods.

d. Các công ty bán sỉ thực phẩm luôn luôn cung cấp hàng hoá cho siêu thị **một cách đầy đủ**. (*đầy đủ is a disyllabic/compound adjective used with* **một cách** *and functions as an adverb.*)
kak¹ kohngm¹ tee¹ ban² shee⁴ thŭk⁶ fum⁴ lwohn¹ koongm¹ kup² hang⁵ hwa² chah¹ shyehw¹ thee⁶ moht⁶ kăch² day⁵ doo⁴
The wholesale food companies always supply merchandise sufficiently to the supermarket.

Without using **một cách**, it is acceptable to use a monosyllabic adjective as an adverb. Compare the following sentences with the ones containing **một cách** above:

(7) a. Tôi mua sắm **nhanh** lắm.
       tohy¹ moouh¹ shăm² nhănh¹ lăm²
       I shop very fast.

     b. Chị mua sắm **đủ** chưa?
       chee⁶ moouh¹ shăm² doo⁴ chüuh¹
       Have you shopped enough?

8.3 Adverbs of time

As their name suggests, adverbs of time indicate, generally or specifically, when an action or event takes, took or will take place. The chart below contains the most common adverbs of time used in everyday Vietnamese:

ADVERBS OF TIME		
QUÁ KHỨ (*Past*)	HIỆN TẠI (*Present*)	TƯƠNG LAI (*Future*)
ngày xưa *in the olden days*	**ngày nay** *nowadays*	**ngày sau** *in the future*
trước đây *before*	**hiện tại** *at present*	**sau này** *later*
lúc nãy *a while ago*	**bây giờ** *now*	**lát nữa** *in a while*
hôm qua *yesterday*	**hôm nay** *today*	**ngày mai** *tomorrow*
hôm kia *the day before yesterday*		**ngày mốt** *the day after tomorrow*
sáng hôm qua *yesterday morning*	**sáng nay** *this morning*	**sáng mai** *tomorrow morning*

ADVERBS OF TIME		
QUÁ KHỨ (*Past*)	HIỆN TẠI (*Present*)	TƯƠNG LAI (*Future*)
trưa hôm qua *yesterday afternoon*	**trưa nay** *this afternoon*	**trưa mai** *tomorrow afternoon*
chiều hôm qua *yesterday late afternoon*	**chiều nay** *this late afternoon*	**chiều mai** *tomorrow late afternoon*
tối hôm qua *yesterday evening*	**tối nay** *this evening*	**tối mai** *tomorrow evening*
đêm qua *last night*	**đêm nay** *tonight*	**đêm mai** *tomorrow night*
tuần trước *last week*	**tuần này** *this week*	**tuần sau/tuần tới** *next week*
tháng trước *last month*	**tháng này** *this month*	**tháng sau/tháng tới** *next month*
năm trước/năm ngoái *last year*	**năm nay** *this year*	**sang năm/năm tới** *next year*

Notice the idiomatic alternation between **này** and **nay** in some of the expressions above.

As a matter of habit, adverbs of time in Vietnamese are used in the beginning more frequently than at the end of the sentence.

(8) a. **Trước đây,** nhiều thành phố ở Việt Nam không có hệ thống đèn giao thông.
   trŭuhk² day¹ nhyehw⁵ thănh⁵ foh² uh⁴ vyeht⁶ nam¹ khohngm¹ kah² heh⁶ thohngm² den⁵ yahw¹ thohngm¹
   Before, many cities in Vietnam did not have traffic light systems.

   b. **Ngày nay,** ở Sài Gòn vẫn còn nhiều hãng tắc-xi hoạt động mạnh.
   ngăy⁵ năy¹ uh⁴ shie⁵ gahn⁵ vun³ kahn⁵ nhyehw⁵ hang³ tăk² see¹ hwat⁶ dohngm⁶ mănh⁶
   Nowadays, in Saigon many taxi companies still operate actively.

   c. **Tuần tới** cô có đi dự sinh hoạt nào ở câu lạc bộ văn hoá không?
   twun⁵ tuhy² koh¹ kah² dee¹ yŭ⁶ sheenh¹ hwat⁶ nahw⁵ uh⁴ kohw¹ lak⁶ boh⁶ văn¹ hwa² khohngm¹
   Are you going to any event at the cultural club next week?

   d. **Năm ngoái** Huế ít bị bão như **năm nay**.
   năm¹ ngwie² hweh² eet² bee⁶ bahw³ nhŭ¹ năm¹ năy¹
   Last year Hue had fewer storms than it does this year.

8.4 Adverbs of frequency

An adverb of frequency indicates how often an action or event takes place. The common position of adverbs of frequency is between the subject and the verb. Some of them do have more than one position, in which case they are listed twice as in the following chart:

ADVERBS OF FREQUENCY				
		mãi mãi *forever*		**mãi mãi** *forever*
		luôn luôn *always*		
		bao giờ *ever*		**bao giờ** *ever*
không bao giờ *never*		**không bao giờ** *never*		
	SUBJECT	**thường** *often*	VERB […]	
thường thường *usually*				
nhiều khi *oftentimes*				
ít khi/hiếm khi *rarely*		**ít khi/hiếm khi** *rarely*		
đôi khi/thỉnh thoảng *sometimes*				

(9) a. Dù cách xa vạn dặm, Sài Gòn vẫn **mãi mãi** ở trong tim tôi. *Or* Dù cách xa vạn dặm, Sài Gòn vẫn ở trong tim tôi **mãi mãi**.
yoo⁵ kăch² sa¹ van⁶ yăm⁶ shie⁵ gahn⁵ vun³ mie³ mie³ uh⁴ trahngm¹ teem¹ tohy¹
Though miles and miles away, Saigon is forever in my heart.

b. Bùng binh này **luôn luôn** bị kẹt xe vào giờ tan tầm.
boongm⁵ beenh¹ năy⁵ lwohn¹ lwohn¹ bee⁶ ket⁶ se¹ vahw⁵ yuh⁵ tan¹ tum⁵
Traffic is always jammed at this roundabout during rush hours.

c. Anh có **bao giờ** thấy cảnh ngập lụt ở Hà Nội chưa?
ănh¹ kah² bahw¹ yuh⁵ thay² kănh⁴ ngup⁶ loot⁶ uh⁴ ha⁵ nohy⁶ chŭuh¹
Have you ever seen flooding in Hanoi?

d. Tôi chưa đến thăm cầu sông Hàn ở Đà Nẵng **bao giờ**.
tohy¹ chŭuh¹ dehn² thăm¹ kohw⁵ shohngm¹ han⁵ uh⁴ da⁵ năng³ bahw¹ yuh⁵
I haven't visited Da Nang's Han River ever.

e. **Không bao giờ** chúng tôi quên được nét nguy nga của các cung điện ở Huế.
Or Chúng tôi **không bao giờ** quên được nét nguy nga của các cung điện ở Huế.

khohngm[1] bahw[1] yuh[5] choongm[2] tohy[1] kwehn[1] dŭuhk[6] net[2] ngwee[1] nga[1] koouh[4] kak[2] koongm[1] dyehn[6] uh[4] hweh[2]

We can never forget the splendor of the palaces in Hue.

f. Hai bên lề con đường này **thường** thấy những quán nhậu bình dân.

hie[1] behn[1] leh[5] kahn[1] dŭuhng[5] năy[5] thŭuhng[1] thay[2] nhŭng[3] kwan[2] nhohw[6] beenh[5] yun[1]

One often finds affordable pubs on both sidewalks of this street.

g. **Thường thường** các bạn thích uống cà-phê ở tiệm nào?

thŭuhng[5] thŭuhng[5] kak[2] ban[6] theech[2] wohng[2] ka[5] feh[1] uh[4] tyehm[6] nahw[5]

Where do you usually go for coffee?

h. Du khách ngoại quốc **ít khi** thấy đường ra vào phi trường được thông thoáng.
Or **Ít khi** du khách ngoại quốc thấy đường ra vào phi trường được thông thoáng.

yoo[1] khăch[2] ngwie[6] kwohk[2] eet[2] khee[1] thay[2] dŭuhng[5] ra[1] vahw[5] fee[1] trŭuhng[5] dŭuhk[6] thohngm[1] thwang[2]

Foreign tourists rarely see a clear street in and out of the airport.

i. **Thỉnh thoảng** vẫn có những cuộc đình công của công nhân trong các nhà máy ở ngoại ô.

theenh[4] thwang[4] vun[3] kah[2] nhŭng[3] kwohk[6] deenh[5] kohngm[1] koouh[4] kohng[1] nhun[1] trahngm[1] kak[2] nha[5] măy[2] uh[4] ngwie[6] oh[1]

Sometimes there are strikes by the workers at suburban factories.

Sometimes there are strikes by the workers at suburban factories in large cities in Vietnam.

8.5 Interrogative adverbs

This type of adverbs is used in questions to ask for a variety of information about an action or event: time, place, reason, result, manner, purpose, etc. Some interrogative adverbs are placed at the beginning of questions, some at the end, and some others even at either position with nuances. The following are the most common interrogative adverbs:

INTERROGATIVE ADVERBS		
khi nào/bao giờ *when*		**khi nào/bao giờ** *when*
ở đâu *where at*		**ở đâu** *where at*
		đâu *where to*
tại sao *why*	REST OF THE QUESTION	
làm sao *how*		**thế nào/làm sao** *how*
		để làm gì *what for*
		bao lâu *how long*
		bao nhiêu *how much*
		bao xa *how far*

(10) a. **Tại sao** người đi bộ ở đây thường băng qua đường khi đèn đỏ?
   tie⁶ shahw¹ ngŭuhy⁵ dee¹ boh⁶ uh⁴ day¹ thŭuhng⁵ băng¹ kwa¹ dŭuhng⁵ khee¹ den⁵ dah⁴
   Why do pedestrians here often cross the street at a red light?

   b. Người ta dựng chướng ngại vật ở ngã ba này **để làm gì** vậy?
   ngŭuhy⁵ ta¹ yŭng⁶ chŭuhng² ngie⁶ vut⁶ uh⁴ nga³ ba¹ năy⁵ deh⁴ lam⁵ yee⁵ vay⁶
   What did people set up barricades at this fork for?

   c. Từ nhà cô đi bộ ra bến tàu mất **bao lâu**?
   tŭ⁵ nha⁵ koh¹ dee¹ boh⁶ ra¹ behn² tăw⁵ mut² bahw¹ lohw¹
   How long does it take you to walk from your house to the pier?

    d. Một vé xe buýt đi trọn ngày giá **bao nhiêu**?
       moht⁶ ve² se¹ bweet² dee¹ trahn⁶ ngăy⁵ ya² bahw¹ nhyehw¹
       How much does an all-day bus ticket cost?

    e. Mỗi ngày anh lái xe đi làm **bao xa**?
       mohy³ ngăy⁵ ănh¹ lie² se¹ dee¹ lam⁵ bahw¹ sa¹
       How far do you drive to work everyday?

    f. Cuối tuần gia đình chị thường đi **đâu**?
       kwohy² twun⁵ ya¹ deenh⁵ chee⁶ thŭuhng⁵ dee¹ dohw¹
       Where does your family usually go on weekends?

    g. Cuộc biểu tình chống ngoại xâm của dân chúng đã diễn ra **thế nào**?
       kwohk⁶ byehw⁴ teenh⁵ chohngm² ngwie⁶ sum¹ koouh⁴ yun¹ choongm²
       da³ yehn³ ra¹ theh² nahw⁵
       How did the people's anti-foreign aggression protest turn out?

Khi nào and **bao giờ** appear at the beginning of a question to refer to actions or events planned to take place in the future, and at the end of a question with past reference.

  (11) a. **Khi nào** thành phố sẽ khởi công xây dựng hệ thống xe điện ngầm?
       khee¹ nahw⁵ thănh⁵ foh² she³ khuhy⁴ kohngm¹ say¹ yŭng⁶ heh⁶ thohngm²
       se¹ dyehn⁶ ngum⁵
       When will the city begin building the subway system?

      b. Nhà ga xe lửa đó được hoàn tất **khi nào**?
       nha⁵ ga¹ se¹ lŭuh⁴ dah² dŭuhk⁶ hwan⁵ tut² khee¹ nahw⁵
       When was that train station completed?

Ở đâu usually starts a question with the *impersonal verb* **có** "there is/there are," and ends a question with other types of verbs.

  (12) a. **Ở đâu** có bãi đậu xe miễn phí?
       uh⁴ dohw¹ kah² bie³ dohw⁶ se¹ myehn⁴ fee²
       Where is there a free parking lot?

      b. Ông kiến trúc sư đó làm việc **ở đâu**?
       ohngm¹ kyehn² trookp² shŭ¹ dah² lam⁵ vyehk⁶ uh⁴ dohw¹
       Where does that architect work?

Làm sao, when appearing at the end of a question, has the normal meaning of "how." However, when it comes at the beginning of a question, it has a nuance of expressing the speaker's surprise as to how something could even be done or happen.

(13) a. Anh đã trình bày dự án tu bổ sân vận động với họ **làm sao**?
  ănh¹ da³ treenh⁵ băy⁵ yŭ⁶ an² too¹ boh⁴ shun¹ vun⁶ dohng⁶ vuhy² hah⁶ lam⁵ shahw¹
  How did you present your stadium renovation project to them?

  b. **Làm sao** anh có thể hoàn thành dự án đó trong một thời gian ngắn vậy?
  lam⁵ shahw¹ ănh¹ kah² theh⁴ hwan⁵ thănh⁵ yŭ⁶ an² dah² trahngm¹ moht⁶ thuhy⁵ yan¹ ngăn² vay⁶
  How were you able to complete that project in such a short time?

8.6 Negative adverbs

The most common negative adverb is **không** "not." Note that **không** also means "no." In a negative answer to a yes-no question, **không** needs to be said twice, the first time to mean "no" and the second time to mean "not":

(14) *Question:* Các bạn có thấy hồ Gươm từ chỗ mình đang đứng không?
  kak² ban⁶ kah² thay² hoh⁵ gŭuhm¹ tŭ⁵ choh³ meenh⁵ dang¹ dŭng² khohngm¹
  Do you see the Sword Lake from where you are standing?

  Answer: **Không**, chúng tôi **không** thấy gì cả.
  khohngm¹ choongm² tohy¹ khohngm¹ thay² yee⁵ ka⁴
  No, we don't see anything.

Không can be emphasized by **có** or **hề** to mean "not at all":

(15) a. Một số công chức **không** đi làm ngày thứ Bảy.
  b. Một số công chức **không có** đi làm ngày thứ Bảy.
  c. Một số công chức **không hề** đi làm ngày thứ Bảy.
  moht⁶ shoh² kohngm¹ chŭk² khohngm¹ dee¹ lam⁵ ngăy⁵ thŭ² băy⁴
  A number of public servants do not go to work on Saturdays.

Chưa is another negative adverb meaning "not yet":

(16) Hồi đó khu vực này **chưa** có nhiều chung cư cao tầng.
  hohy⁵ dah² khoo¹ vŭk⁶ năy⁵ chŭuh¹ kah² nhyehw⁵ choongm¹ kŭ¹ kahw¹ tung⁵
  Back then this area didn't have many high-rise apartments.

In spoken Vietnamese, there also are a few other negative adverbs:

(17) a. Tôi **chẳng/chả** hiểu tại sao chính quyền thành phố không giải quyết
          được nạn kẹt xe.
          tohy[1] chăng[4]/cha[4] hyehw[4] tie[6] shahw[1] cheenh[2] kwyehn[5] thănh[5] foh[2]
          khohngm[1] yie[4] kwyeht[2] dŭuhk[6] nan[6] ket[6] se[1]
          I simply cannot understand why the city authorities are unable to
          resolve the traffic jam problem.

      b. Họ **đâu có** ngờ rằng viện bảo tàng này đã có từ thời chiến tranh. *Or* Họ
          có ngờ **đâu** rằng viện bảo tàng này đã có từ thời chiến tranh. *Or* Họ **có**
          ngờ rằng viện bảo tàng này đã có từ thời chiến tranh **đâu**.
          hah[6] dohw[1] kah[2] nguh[5] răng[5] vyehn[6] bahw[4] tang[5] năy[5] da[3] kah[2] tŭ[5] thuhy[5]
          chyehn[2] trănh[1]
          They didn't even know that this museum had existed since the war time.

8.7 Sentence adverbs

Sentence adverbs modify, or even replace, a whole sentence. They come mostly
at the beginning of a sentence, sometimes in the middle between commas (or a
pause in speaking), or at the end. Three types of sentence adverbs are identified:

8.7.1 Disjunctive sentence adverbs

This type of adverbs usually starts a sentence without necessarily relating to any
previous sentences or paragraphs.

(18) a. **Nói chung,** nạn triều cường ở thành phố là hậu quả của việc bê-tông
          hoá đường phố và khai thác nước ngầm quá mức.
          nahy[2] choongm[1] nan[6] tryehw[5] kŭuhng[5] uh[4] thănh[5] foh[2] la[5] hohw[6] kwa[4]
          koouh[4] vyehk[6] beh[1] tohngm[1] hwa[2] dŭuhng[5] foh[2] va[5] khie[1] thak[2] nŭuhk[2]
          ngum[5] kwa[2] mŭk[2]
          In general, urban flooding is the consequence of excessive street con-
          creting and groundwater mining.

      b. **Trước hết,** chúng tôi xin nói về tình trạng nhập cư ồ ạt từ các tỉnh
          thành khác trong nước.
          trŭuhk[2] heht[2] choongm[2] tohy[1] seen[1] nahy[2] veh[5] teenh[5] trang[6] nhup[6] kŭ[1]
          oh[5] at[6] tŭ[5] kak[2] teenh[4] thănh[5] khak[2] trahngm[1] nŭuhk[2]
          First of all, we will address the mass immigration from other prov-
          inces and cities in the country.

8.7.2 Conjunctive sentence adverbs

These adverbs can start a sentence or go between commas. They usually relate the sentence in which they are found, to the previous sentence.

(19) a. Ai cũng tưởng rằng Hà Nội là một thành phố hiện đại. **Thật ra,** Hà Nội còn rất nhiều khu phố cổ.

   ie[1] koongm[3] tũuhng[4] răng[5] ha[5] nohy[6] la[5] moht[6] thănh[5] foh[2] hyehn[6] die[6] thut[6] ra[1] ha[5] nohy[6] kahn[5] rut[2] nhyehw[5] khoo[1] foh[2] koh[4]

   Everyone thinks that Hanoi is a modern city. As a matter of fact, it still has many old quarters.

   b. Mới đến Đà Lạt là thấy ngay cảm giác lạnh. Thời tiết ở đây, **tuy vậy,** cũng có những ngày nóng bức.

   muhy[2] dehn[2] da[5] lat[6] la[5] thay[2] ngăy[1] kam[4] yak[2] lănh[6] thuhy[5] tyeht[2] uh[4] day[1] twee[1] vay[6] koongm[3] kah[2] nhũng[3] ngăy[5] nahngm[2] bŭk[2]

   Upon arriving in Dalat, you will feel the cold immediately. The weather here, however, also includes muggy days.

8.7.3 Independent sentence adverbs

The third type of sentence adverbs includes the ones that can be used alone to refer to what is stated in a previous sentence.

(20) a. Ngày mai các bạn có định đi Thảo Cầm Viên không?

   ngăy[5] mie[1] kak[2] ban[6] kak[2] deenh[6] dee[1] thahw[4] kum[5] vyehn[1] khohngm[1]

   Did you plan to go to the City Zoo tomorrow?

   Có/Không.
   kak[2]/khohngm[1]
   Yes/No.

   b. Tối nay chúng ta gặp nhau ở quán cà-phê Cao Nguyên nhé!

   tohy[2] năy[1] choongm[2] ta[1] găp[6] nhăw[1] uh[4] kwan[2] ka[5] feh[1] kahw[1] ngwyehn[1] nhe[2]

   Let's meet up at the Highland coffee shop this evening, OK?

   Nhất định rồi!
   nhut[2] deenh[6] rohy[5]
   Certainly!

PRACTICE EXERCISES

A. Adverbs of degree

Insert the given adverb of degree in parentheses in its correct position in each of the following sentences. Some of the adverbs can be placed in more than one position.

1. Thư Viện Quốc Gia bề thế, phải không anh? (**thật**)
   The National Library is really monumental, isn't it?

   _____

2. Các lăng tẩm của vua chúa ở Huế cổ kính. (**rất**)
   The royal tombs in Hue are very ancient.

   _____

3. Thanh niên thích đến những tiệm cà-phê nước ngoài. (**lắm**)
   The youths like to frequent foreign coffee shops so much.

   _____

4. Phim Mỹ được chiếu ở các rạp thường xuyên. (**khá**)
   American movies are shown at theaters rather frequently.

   _____

5. Các dịch vụ truyền hình trực tiếp dạo này nhiều. (**quá**)
   Streaming services are too many nowadays.

   _____

B. Adverbs of time

We are in the year 2025. Let's look at the following calendar, in which, Nam—a 25-year-old man, living in Nha Trang—plans his activities. Assuming "today" is Tuesday, April 15, 2025, write out phrases in Vietnamese indicating what he did and will do, including an adverb of time given in the list below. Use a dictionary for necessary vocabulary.

hôm qua   tuần tới   ngày mai   tuần trước   cuối tuần   ngày mốt
hôm nay

Model: 15/4/2025: Hôm nay Nam ăn tối với Lan.

2025						
THÁNG TƯ						
Thứ Hai	Thứ Ba	Thứ Tư	Thứ Năm	Thứ Sáu	Thứ Bảy	Chủ nhật
	1	2	3	4	5	6
7	8 *Call clients*	9	10	11	12	13 *Go swimming in the sea*
14 *Meet with office manager*	15 *Have dinner with Lan*	16 *Write weekly reports*	17 *Contact insurance company*	18	19 *Drink coffee with friends*	20
21	22	23	24	25	26	27 *Go camping*
28	29	30				

1. 8/4/2025: _____

2. 13/4/2025: _____

3. 14/4/2025: _____

4. 16/4/2025: _____

5. 17/4/2025: _____

6. 19/4/2025: _____

7. 27/4/2025: _____

C. Interrogative adverbs

Based on the underlined elements in the answers below, make questions with the corresponding interrogative adverbs from the given list. In some questions you"ll need to change the perspective of the subject given in the answers. Some adverbs can be used more than once.

| tại sao | bao lâu | ở đâu | bao xa | bằng cách nào | bao nhiêu |
| khi nào | để làm gì | đâu | | | |

Model:

Câu hỏi: _____?

Câu trả lời: **Bên cạnh viện bảo tàng** có tiệm bán đồ lưu niệm.

> *Next to the museum there is a souvenir shop.*

☞ **Câu hỏi: Ở đâu** có tiệm bán đồ lưu niệm?

1. *Câu hỏi:* _____?

   Câu trả lời: Tối thứ Sáu chúng tôi thường đi **uống cà-phê**.

   > *We usually go to coffee shops on Friday evenings.*

2. *Câu hỏi:* _____?

   Câu trả lời: Họ sẽ đi xem triển lãm tranh **vào tuần tới**.

   > *They will go to an art exhibition next week.*

3. *Câu hỏi:* _____?

   Câu trả lời: Hôm nay tôi đi làm bằng xe buýt **vì trời mưa lớn quá**.

   > *I went to work by bus today because it was raining very hard.*

4. *Câu hỏi:* _____?

   Câu trả lời: Dinh Độc Lập ở Sài Gòn được hoàn thành **vào năm 1966**.

   > *The Independence Palace in Saigon was completed in 1966.*

5. *Câu hỏi:* _____?

   Câu trả lời: Đến Hà Nội, du khách ngoại có quốc có thể mua sắm thoải mái **ở các trung tâm Vincom Mega Mall**.

   > *Once in Hanoi, foreign tourists can shop comfortably at different Vincom Mega Mall locations*

6. *Câu hỏi*: _____?

    Câu trả lời: Từ trung tâm thành phố Đà Nẵng lái xe đi Cầu Vàng mất **khoảng một giờ đồng hồ**.

       It takes about an hour to drive from the center of Da Nang to the Golden Bridge.

7. *Câu hỏi*: _____?

    Câu trả lời: Chiều nay chúng tôi đi Chợ Nổi Cái Răng ở Cần Thơ **để mua trái cây tươi**.

       We are going to Cai Rang Floating Market in Can Tho this afternoon to buy fresh fruit.

8. *Câu hỏi*: _____?

    Câu trả lời: Tôi đặt phòng ở khách sạn Meliá Vinpearl ở Huế **qua mạng**.

       I booked my room at the Hue Melia Vinpearl Hotel via internet.

9. *Câu hỏi*: _____?

    Câu trả lời: Giá thuê tàu câu cá ở Phú Quốc cho 10 người, kể cả bữa ăn, là **2 triệu tám trăm ngàn đồng**.

       The rental rate for a fishing boat tour in Phu Quoc, with a meal included, is two million eight hundred thousand dong.

10. *Câu hỏi*: _____?

    Câu trả lời: Đường đi từ chợ Đà Lạt đến thác Prenn là **gần 12 cây số**.

       The distance between Da Lat Market and Prenn Waterfall is almost 12 kilometers.

D. Công Trường Hồ Con Rùa – the Turtle Lake Plaza

Complete the following paragraphs with the appropriate adverbs given in the list below. Each adverb should be chosen only once. Use a dictionary for this exercise if necessary.

thường *"often"*	**rộn rịp** *"animately"*	**thuận tiện** *"conveniently"*
mệt nhọc *"arduously"*	**thân mật** *"endearingly"*	**từ lâu** *"long ago"*
đặc biệt *"in particular"*	**ngày nay** *"nowadays"*	**hết sức** *"extremely"*
khắp nơi *"everywhere"*	**ban đêm** *"at night"*	**thoải mái** *"comfortably"*
rôm rả *"heartily"*	**hấp dẫn** *"invitingly"*	**rộn rã** *"loudly"*
tuy vậy *"however"*		

_____, người ta không còn thấy tượng con rùa ở công trường

này nữa. _____, người dân Sài Gòn vẫn quen gọi công trường một

cách _____ là "Hồ Con Rùa". Toạ lạc thật _____

giữa Quận 1 và Quận 3, bùng binh giao thông này _____ đã trở

thành một nơi tụ họp của gia đình và bạn bè vào cuối tuần, sau những ngày làm việc

_____. Du khách từ _____, trong nước hay

ngoài nước, cũng _____ đến đây để thăm viếng và chụp ảnh.

Chung quanh hồ có nhiều nơi rộng rãi để ngồi nghỉ ngơi _____,

chuyện trò _____, hay ngắm xe cộ đi lại thật _____

từ nhiều hướng khác nhau. _____, nơi đây có bán nhiều món

ăn vặt trông _____ ngon lành, được bày biện một cách

_____ trên những chiếc xe đẩy hay trong những cái thúng tre

quen thuộc. _____, công trường bừng sáng với ánh điện lung linh

đủ màu. Tiếng nói cười, tiếng mời chào vang lên _____ trong

lòng phố tưng bừng.

PROVERB – TỤC NGỮ
Giàu thú quê không bằng ngồi lê kẻ chợ.

Rich people in the countryside live off the land that they own,
while many urban people earn their living as street vendors.

LITERAL MEANING
A wealthy person in the countryside cannot compare with one hanging around in the city.

FIGURATIVE MEANING
The proverb suggests that urban living is better than country living, although life in the cities is typically more competitive and less tranquil than in the countryside.

CULTURAL ASPECT
Albeit living in an overwhelmingly agricultural country, many people in Vietnam still wish to enjoy a life in the city, despite all its challenges and urban issues.

TOPICAL VOCABULARY – TỪ VỰNG THEO CHỦ ĐỀ

NOUNS – DANH TỪ

bãi đậu xe   parking lot
bùng binh   roundabout
câu lạc bộ   club
chợ   market
chung cư   apartments; condo-minium
công chức   public servant
công nhân   worker
công trường   plaza
công ty   company
công viên   park
dân thành phố   urbanite
đèn giao thông   traffic lights
dự án   project
giờ cao điểm   peak hours
hệ thống   system
khách sạn   hotel
lăng tẩm   royal tomb
môi trường   environment
nạn kẹt xe   traffic jam
ngã ba   fork (*in the road*)
ngã tư   intersection
ngoại ô   suburbs
người đi bộ   pedestrian
nhà cao tầng   high-rise building
nhà ga xe lửa   train station
nhà máy   factory
phi trường   airport
sân vận động   stadium
siêu thị   supermarket
thành thị   urban area

thảo cầm viên/sở thú   zoo
thư viện   library
trung tâm   center
viện bảo tàng   museum
xa lộ   highway
xe buýt   bus
xe điện ngầm   subway

ADJECTIVES – TÍNH TỪ

bình dân   affordable
đông đúc   crowded
miễn phí   free
nguy nga   splendid
oi ả   sweltering
vắng vẻ   deserted

VERBS – ĐỘNG TỪ

băng qua đường   to cross the street
bảo vệ   to protect
biểu tình   to protest
cung cấp   to supply
đi bộ   to walk
đi lại   to get around
diễn ra   to take place
đình công   to be on strike
hoàn tất   to complete
lái xe   to drive
mọc lên   to spring up
mua sắm   to shop
triển lãm   to exhibit
tu bổ   to renovate
tụ tập   to gather

CHAPTER 9
Particles
Tiểu Từ

Life in the Coastal Areas – *Cuộc Sống Miền Duyên Hải*

A typical beach scene like this one can be easily spotted along the coast
that runs from north to south for more than three thousand kilometers.

Particles are a special kind part of speech. They are words that bring various
effects to the sentences. Some particles have grammatical functions while others
have pragmatic ones. Some particles are used in both written and spoken Viet-
namese, while some others are used exclusively in speaking. A number of parti-
cles have meanings that are defined only when they appear in certain contexts. In
the previous chapters, several particles have been introduced: the plural markers
(**những** and **các**), the particles used with some commands (**giùm, đi, nhé, cứ, hãy,**
etc.), and the aspect markers (**đã, đang, sắp, sẽ**). In many cases, it is the particles
that bring about nuances, idiomatic flavors or cultural aspects in the language.

9.1 Grammatical particles

A grammatical particle is essential for the structure of a sentence. Without it, a sentence could become incorrect or have a different meaning. For example, the particle **à** at the end of a statement turns it into a tag question, which is used when the speaker wants to have something confirmed. Examine the following sentences:

(1) a. Việt Nam có một bờ biển rất dài. (*Statement*)
     vyeht⁵ nam¹ kah² moht⁶ buh⁵ byehn⁴ rut² yie⁵
     Vietnam has a very long coast.

   b. Việt Nam có một bờ biển rất dài **à**? (*Tag question*)
     vyeht⁵ nam¹ kah² moht⁶ buh⁵ byehn⁴ rut² yie⁵ a⁵
     Vietnam has a very long coast, doesn't it?

To be distinguished from the particle **à** is the interjection **à**, which appears at the beginning of a sentence and expresses the speaker's sudden thought about something off topic during a conversation:

(2) **À,** người Việt dùng tên Biển Đông trong khi người Hoa gọi biển này là Đông Hải.
   a⁵ ngŭuhy⁵ vyeht⁶ yoongm⁵ tehn¹ byehn⁴ dohngm¹ trahngm¹ khee¹ ngŭuhy⁵ hwa¹ gahy⁶ byehn⁴ nãy⁵ la⁵ dohngm¹ hie⁴
   Ah, the Vietnamese use the name East Sea while the Chinese call it the South China Sea.

In the southern dialects, the particle **hở/hả** (the second one sounding very informal, even rude in most contexts) is said instead of **à**.

(3) Ngư nghiệp rất quan trọng ở Việt Nam **hở**?
   ngũ¹ ngyehp⁶ rut² kwan¹ trahngm⁶ uh⁴ vyeht⁶ nam¹ huh⁴
   Fishery is very important in Vietnam, huh?

Sao, another particle appearing at the end of a statement, also turns a statement into a tag question to express the speaker's surprise about a situation:

(4) a. Thuyền đánh cá có thể ra khơi vào tháng Ba. (*Statement*)
     thwyehn⁵ dãnh² ka² kah² theh⁴ ra¹ khuhy¹ vahw⁵ thang² ba¹
     Fishing boats can go out to on high seas in the third month.

   b. Thuyền đánh cá có thể ra khơi vào tháng Ba **sao**? (*Tag question*)
     thwyehn⁵ dãnh² ka² kah² theh⁴ ra¹ khuhy¹ vahw⁵ thang² ba¹ shahw¹
     Can fishing boats go out on the high seas in the third month for real?

The particle **đâu** can turn an affirmative statement into a negative one, having two possible positions. This word makes the negative sentence sound like a rhetorical question when said at the end.

(5) a. Tôi biết. (*Affirmative*)
        tohy¹ byeht²
        I know.

   b. Tôi **đâu** biết. (*Negative/informal*)
        tohy¹ dohw¹ byeht²
        I don't know.

   c. Tôi biết **đâu**! (*Negative/Rhetorical*)
        tohy¹ byeht² dohw¹
        How would I know?

9.2 Pragmatic particles

As opposed to grammatical particles, pragmatic particles do not alter the structure of sentences to which they are added. Instead, they add nuances to the sentences and are mostly found in the spoken language.

As a sentence-final particle, **ạ** conveys two nuances: (a) respect or politeness, when a person speaks to a superior or a peer, and (b) friendliness, when an adult speaks to a younger individual:

(6) a. Giăng câu là đánh cá bằng lưới, phải không **ạ**? (*Respect/politeness*)
        yăng¹ kohw¹ la⁵ dănh² ka² băng⁵ lŭuhy² fie⁴ khognm¹ a⁶
        Trawling is fishing with nets, isn't it?

   b. Đó và đăng là hai dụng cụ để bắt tôm cá, cháu **ạ**. (*Friendliness*)
        dah² va⁵ dăng¹ la⁵ hie¹ yoongm⁶ koo⁶ deh⁴ băt² tohm¹ ka² chăw² a⁶
        Bamboo nets and tubes are tools used catching shrimp and fish.

Chứ appears at the end of a statement to emphasize it, usually in response to a previous sentence:

(7) *Speaker A*: Việt Nam xuất cảng hải sản không được nhiều.
        vyeht⁶ nam¹ swut² kang⁴ hie⁴ shan⁴ khohngm¹ dŭuhk⁶ nhyehw⁵
        Vietnam does not export a lot of sea products.

   Speaker B: Việt Nam xuất cảng nhiều hải sản lắm **chứ**!
        vyeht⁶ nam¹ swut² kang⁴ nhyehw⁵ hie⁴ shan⁴ lăm² chŭ²
        Why, Vietnam does export a lot of sea products!

Dạ, besides being a respectful affirmative adverb (meaning "yes"), also functions as a particle appearing at the beginning of an answer that expresses respect, regardless of whether the answer is affirmative or negative:

(8) *Speaker A*: Em có thích ăn cá nước ngọt không?
    em¹ kah² theech² ăn¹ ka² nŭuhk² ngaht⁶ khohngm¹
    Do you like to eat freshwater fish?

   Speaker B: **Dạ** không, cá nước ngọt không ngon bằng cá nước mặn.
    ya⁵ khohngm¹ ka² nŭuhk² ngaht⁶ khohngm¹ ngahn¹ băng⁵ ka²
    nŭuhk² măn⁶
    No, freshwater fish are not as flavorful as saltwater fish.

As mentioned above, **dạ** also appears independently to mean a respectful "yes" (i.e., as an adverb, not a particle) and expresses the speaker's confirmation of what has been asked about, as in the following example:

(9) *Speaker A*: Miền Trung có nhiều làng chài lưới lắm à?
    myehn⁵ troongm¹ kah² nhyehw⁵ lang⁵ chie⁵ lŭuhy² lăm² a⁵
    There are many fishing villages in the Central region, aren't
    there?

   Speaker B: **Dạ**.
    ya⁶
    Yes.

Đây, added to the end of a question, expresses the speaker's hesitation about an action or situation, or makes their question sound inquisitive:

(10) a. Chúng ta nên gọi món gỏi cá hay lẩu hải sản **đây**?
     choongm² ta¹ nehn¹ gahy⁵ mahn² gahy⁴ ka² hăy¹ lohw⁴ hie⁴ shan⁴ day¹
     (*Hmm*) Should we order a fish salad or a seafood hotpot?

    b. Chiếc thuyền đánh cá này đang đi về hướng nào **đây**?
     chyehk² thwyehn⁵ dănh² ka² năy⁵ dang¹ dee¹ veh⁵ hŭuhng² nahw⁵ day¹
     Where could this fishing boat head off for?

Đấy (or **đó**, in the southern dialects) added to a question also expresses a sense of inquisitiveness:

(11) Các bạn đang ăn món cua gì **đấy**?
    kak² ban⁶ dang¹ ăn¹ mahn² koouh¹ yee⁵ day²
    What kind of crab dish are you guys having?

Preceding a verb, the particle **lại** shows a contrast between an action or event and something previously stated:

(12) Phần lớn người dân trong làng đi đánh cá, còn gia đình ông Năm **lại** sống về nghề đan lưới.
fun⁵ luhn² ngŭuhy⁵ yun¹ trahngm¹ lang⁵ dee¹ dănh² kah¹ kahn⁵ ya¹ deenh⁵ ohngm¹ năm¹ lie⁶ shohngm² veh⁵ ngeh⁵ dan¹ lŭuhy²
The majority of villagers work as fishermen, whereas Mr. Năm's family earns a living weaving nets.

Mà, a word belonging to different parts of speech, brings about two nuances when functioning as a particle: (a) At the end of a statement, it emphasizes the speaker's idea or reaction to something previously stated by another speaker, and (b) Following the subject in a sentence, it expresses a hypothetical situation:

(13)   a. *Speaker A:* Giá tôm hùm ở các chợ tăng cao quá!
ya² tohm¹ hoom⁵ uh⁴ kak² chuh⁵ tăng¹ kahw¹ kwa²
The prices of lobster at the markets have gone up too much!

Speaker B: Vậy sao? Việt Nam vẫn xuất cảng tôm hùm **mà**!
vay⁶ shahw¹ vyeht⁶ nam¹ vun³ swut² kang⁴ tohm¹ hoom⁵ ma⁵
Is that so? But Vietnam has always been exporting lobster!

b. Ghe này **mà** đi ra xa hơn ngoài khơi thì sẽ đánh bắt được nhiều loại cá hiếm.
ge¹ năy⁵ ma⁵ dee¹ ra¹ sa¹ huhn¹ ngwie⁵ khuhy¹ thee⁵ she³ danh² băt² dŭuhk⁶ nhyehw⁵ lwie⁶ kah² hyehm²
Were this boat to sail farther off in the open waters, it could catch many types of rare fish.

In advice or reminders, speakers usually add the particle **nhé** (or **nghe** in the southern dialects) at the end of such sentences:

(14)   a. Các anh chị nên ghé thăm Viện Hải Dương Học ở Nha Trang **nhé**!
kak² ănh¹ chee⁶ nehn¹ ge² thăm¹ vyehn⁶ hie⁴ yŭuhng¹ hahkp⁶ uh⁴ nha¹ trang¹ nhe²
You guys should stop by and visit the Institute of Oceanology in Nha Trang, OK?

b. Tuần sau biển động; chúng ta đừng đi đánh cá **nghe**!
twun⁵ shăw¹ byehn⁴ dohngm⁶ choongm² ta¹ dŭng⁵ dee¹ dănh² kah² nge¹
The sea will be rough next week; let's not go out fishing, OK?

Added to the end of a remark or comment, **nhỉ** (or **há** in the southern dialects) indicates that the speaker wants to share it with other people:

(15) Cuộc sống của ngư dân trong làng có vẻ sung túc **nhỉ**!
kwohk⁶ shohngm² koouh⁴ ngũ¹ yun¹ trahngm¹ lang⁵ kah² ve⁴ shoongm¹
tookp² nhee⁴
The fishermen's lives seem to be prosperous, huh.

Emphasized elements in a sentence are usually followed by the particle **thì** for a stronger effect:

(16) a. Ngư nghiệp **thì** lúc nào cũng quan trọng đối với nền kinh tế.
ngũ¹ ngyehp⁶ thee⁵ lookp² nahw⁵ koongm³ kwan¹ trahngm⁵ dohy² vuhy²
nehn⁵ keenh¹ teh²
Fishery is indeed always important for the economy.

   b. Hải sản **thì** không phải người Việt nào cũng thích ăn.
hie⁴ shan⁴ thee⁵ khohngm¹ fie⁴ ngũuhy⁵ vyeht⁶ nahw⁵ koongm³ theech² ăn¹
Seafood is not well liked by just any Vietnamese person.

Originally a verb meaning "to speak (to someone) respectfully," **thưa** is used as a particle before a term of address or a title to show the speaker's respect toward the listener(s). To show even more respect, speakers oftentimes add the adverb **kính** "respectfully" before **thưa**:

(17) a. **Thưa** giáo sư, những trường đại học nào có ngành ngư nghiệp và nuôi trồng hải sản ạ?
thũuh1 yahw² shũ¹ nhũng³ trũuhng⁵ die⁶ hahkp⁶ nahw⁵ kah² ngănh⁵ ngũ¹
ngyehp⁶ va⁵ nwohy¹ trohngm⁵ hie⁴ shan⁴ a⁶
Professor, what universities offer majors in fisheries and aquaculture?

   b. **Kính thưa** quý vị, khoa chúng tôi xin trình bày đề tài kỹ thuật biến chế hải sản.
keenh² thũuh¹ kwee² vee⁶ khwa¹ choongm² tohy¹ seen¹ treenh⁵ băy⁵ deh⁵
tie⁵ kee³ thwut⁶ byehn² cheh² hie⁴ shan⁴
Ladies and gentlemen, our department is going to present on seafood processing technologies.

To tone down a question (lest it might sound curt), or to make it more friend-ly-sounding, the particle **vậy** is added to the end of the question:

(18) a. Bờ biển Việt Nam dài tổng cộng bao nhiêu cây số **vậy**?
buh⁵ byehn⁴ vyeht⁶ nam¹ yie⁵ tohngm⁴ kohngm⁶ bahw¹ nhyehw¹ kay¹ shoh² vay⁶
How many kilometers is the total length of the coast of Vietnam?

b. Chiều nay họ có đi kéo lưới không **vậy**?
chyehw⁵ năy¹ hah⁶ kah² dee¹ kew² lŭuhy² khohngm¹ vay⁶
Are they going out for fishnet pulling this afternoon?

9.3 Particles used with verbs

A number of verbs are turned into particles when they follow another verb, giving it more insight.

Có (a verb meaning "to have") can function as a particle when used before another verb to emphasize it:

(19) Chúng tôi **có** gặp những người thợ mò ngọc trai hôm qua rồi.
choongm² tohy¹ kah² găp⁶ nhŭng³ ngŭuhy⁵ thuh⁶ mah⁵ ngahkp⁶ trie¹ hohm¹ kwa¹ rohy⁵
We did already meet up with the pearl digging workers yesterday.

The particle **được** describes an action or event as a fortuitous opportunity when preceding a verb and as something doable when following it:

(20) a. Ai đã **được** đến thăm các xưởng làm nước mắm ở Phan Thiết rồi?
ie¹ da³ dŭuhk⁶ dehn² thăm¹ kak² sŭuhng⁴ lam⁵ nŭuhk² măm² uh⁴ fan¹ thyeht² rohy⁵
Who got to visit the fish sauce factories in Phan Thiet?

b. Ngày mai công nhân ở các xưởng làm nước mắm sẽ không đến **được**.
ngăy⁵ mie¹ kohngm¹ nhun¹ uh⁴ kak² sŭuhng⁴ lam⁵ nŭuhk² măm² she⁴ khohngm¹ dehn² dŭuhk⁶
Workers at the fish sauce factories will not be able to come tomorrow.

Giùm (a variation of **giúp** "to help") follows a verb to indicate that an action is done as an act of assistance:

(21) Chiếc thuyền đánh cá nước ngoài bị hư máy được ngư dân Việt Nam đưa **giùm** vào bờ an toàn.
chyehk² thwyehn⁵ dănh² ka² nŭuhk² ngwie⁵ bee⁶ hŭ² măy² dŭuhk⁶ ngŭ¹ yun¹ vyeht⁶ nam¹ dŭuh¹ yoom⁵ vahw⁵ buh⁵ an¹ twan⁵
The foreign boat with engine failure was safely taken to shore with the help of Vietnamese fishermen.

Lấy (a verb meaning "to take") as a particle following another verb (usually is the sense of holding or receiving) emphasizes the action or indicates that it is done by someone without help:

(22) a. Cô Hoa rụt rè cầm **lấy** con cá còn giãy giụa từ tay anh ngư dân.
   koh¹ hwa¹ root⁶ re⁵ kum⁵ lay² kahn¹ ka² kahn⁵ yăy³ yoouh⁶ tŭ⁵ tăy¹ ănh¹ ngŭ¹ yun¹
   Miss Hoa hesitantly took the fish that was still flopping from the young fisherman's hand.

   b. Những con cua này là do chúng tôi câu **lấy**.
   nhŭng³ kahn¹ koouh¹ năy⁵ la⁵ yah¹ choongm² tohy¹ kohw¹ lay¹
   We angled these crabs by ourselves.

Mất (a verb meaning "to lose") follows a verb and functions as a particle to express a sense of loss or nothingness:

(23) a. Chiến tranh Việt Nam đã làm phí **mất** nhiều thập kỷ để kỹ nghệ hoá ngư nghiệp.
   chyehn² trănh¹ vyeht⁶ nam¹ da³ lam⁵ fee² mut² nhyehw⁵ thup⁶ kee⁴ deh⁴ kee³ ngeh⁵ hwa² ngŭ¹ ngyehp⁶
   The Vietnam War wasted several decades for industrializing fisheries.

   b. Sau cơn bão biển, ngư dân vui mừng vì những đám mây đen đã tan biến **mất**.
   shăw¹ kuhn¹ bahw³ byehn⁴ kak² ngŭ¹ yun¹ vooyh¹ mŭng⁵ vee⁵ nhŭng³ dam² may¹ den¹ da³ tan¹ byehn² mut²
   After the sea storm, the fishermen were glad that the black clouds had completely dissipated.

Thấy (a verb meaning "to see") becomes a particle when following verbs of the five senses to intensify their meaning:

(24) a. Đây là lần đầu tiên họ trông **thấy** cảnh tượng một con cá voi dạt vào bờ.
   day¹ la⁵ lun⁵ dohw⁵ tyehn¹ hah⁶ thay² kănh⁴ tŭuhng⁵ moht⁶ kahn¹ ka² vahy¹ yat⁶ vahw⁵ buh⁵
   It was the first time they saw the scene of a beached whale.

   b. Biển hãy còn xa mà chúng tôi đã ngửi **thấy** mùi tanh nồng của tôm cá.
   byehn⁴ hăy³ kahn⁵ sa¹ ma⁵ choongm² tohy¹ da³ ngŭy⁴ thay² mooy⁵ tănh¹ nohngm⁵ koouh⁴ tohm¹ ka²
   The sea was still far away but we already smelled the strong scent of shrimp and fish.

c. Cô có nghe **thấy** tiếng hò kéo lưới ở đằng xa kia không?

koh¹ kah² nge¹ thay² tyehng² hah⁵ kew² lŭuhy² uh⁴ dăng⁵ sa¹ keeuh¹ khohngm¹

Do you hear the fishnet pulling chants from afar?

d. Gió biển thổi mạnh vào mặt đến nỗi tôi nếm **thấy** vị mặn trên lưới.

yah² byehn⁴ thohy⁴ mănh⁶ vahw⁵ măt⁶ dehn² nohy³ tohy¹ nehm² thay² vee⁶ măn⁶ trehn¹ lŭuhy³

The ocean wind was blowing so strongly to my face that I could taste its saltiness on my tongue.

e. Con cá thu lớn nằm thoi thóp trong lưới, sờ **thấy** vẫn còn âm ấm.

kahn¹ ka² thoo¹ luhn² năm⁵ thahy¹ thahp² trahngm¹ lŭuhy² shuh⁵ thay² vun³ kahn⁵ um¹ um²

The big mackerel lay panting heavily in the net, still warm to the touch.

Fishermen pull the nets while chanting folksongs to
encourage one another and find fun in one of their daily routines.

Xong (a verb meaning "to be finished") follows another verb to indicate that an action has been completed:

(25) a. Ghe thuyền lần lượt hướng ra khơi khi thuỷ triều vừa xuống **xong**.

ge¹ thwyehn⁵ lun⁵ lŭuht⁶ ra¹ khuhy¹ khee¹ thwee⁴ tryehw⁵ vŭuh⁵ swohng² sahngm¹

One after another, the boats were headed for the open waters right after the tide had ebbed.

b. Khi những mớ tôm cá cuối cùng vừa được bán **xong** ngay trên bãi biển, ngư dân và dân làng tản mát dần, chuẩn bị cho bữa cơm chiều.
*khee¹ nhũng³ muh¹ tohm¹ ka² kwohy² koongm⁵ vŭuh⁵ dŭuhk⁶ ban²
sahngm¹ ngăy¹ trehn¹ bie³ byehn⁴ ngũ¹ yun¹ va⁵ yun¹ lang⁵ tan⁴ mat² yun⁵
chwun⁴ bee⁶ chah¹ bŭuh³ kuhm¹ chyehw⁵*

When the last batches of catch had been sold out, the fishermen and villagers gradually dispersed, getting ready for dinner.

9.4 Particles used with verbs of movement

A number of verbs indicating the direction of movement such as **ra** "to exit," **vào** "to enter," **lên** "to ascend," **xuống** "to descend," **qua** "to cross," **về** "to return"… take the role of particles when they follow verbs of movement such as **đi** "to go," **chạy** "to run," **bò** "to crawl," **bước** "to march," **leo** "to climb," **bay** "to fly," **lái xe** "to drive," etc.

(26) a. Chiều chiều các gia đình trong làng đi **ra** bờ biển để đón thuyền đánh cá của người nhà về.
*chyehw⁵ chyehw⁵ kak² ya¹ deenh⁵ trahngm¹ lang⁵ dee¹ ra¹ buh⁵ byehn⁴
deh⁴ dahn² thwyehn⁵ dănh² kak² koouh⁴ ngŭuhy⁵ nha⁵ veh⁵*
Every afternoon, the families in the village go out to the beach to welcome their fishing boats home.

b. Con đường này chạy **vào** một xóm chài đã có từ mấy trăm năm nay.
*kahn¹ dŭuhng⁵ năy⁵ chăy⁶ vahw⁵ moht⁶ sahm² chie⁵ da³ ka² tŭ⁵ may² trăm¹
năm¹ năy¹*
This road leads to a fishing village that has existed for hundreds of years.

c. Các thợ lặn mỏi mệt leo **lên** thuyền sau khi đã bắt được nhiều cá.
*kak² thuh⁶ lăn⁶ mahy⁴ meht⁶ lew¹ lehn¹ thwyehn⁵ shăw¹khee¹ da³ băt²
dŭuhk⁶ nhyehw⁵ ka²*
The beat divers climbed up the boat after having caught a lot of fish.

d. Lúc chúng tôi vừa bước **xuống** bãi biển, hàng trăm ánh đèn chợt vụt sáng từ những chiếc thuyền câu xa tít ngoài khơi.
*lookp² choongm² tohy¹ vŭuh⁵ bŭuhk² swohng² bie³ byehn⁴ hang⁵ trăm¹
ănh² den⁵ chuht⁶ voot⁶ shang² tŭ⁵ nhŭng³ chyehk² thwyehn⁵ kowh¹ sa¹
teet² ngwie⁵ khuhy¹*
As we stepped down to the beach, hundreds of lights suddenly lit up from the fishing boats far away in the open waters.

e. Họ sẽ lái xe **qua** Sầm Sơn để ghé thăm ngôi chợ hải sản nổi tiếng ở đó.
   *hah⁶ she³ lie² se¹ kwa¹ shum⁵ shuhn¹ deh⁴ ge² thăm¹ ngohy¹ chuh⁵ hie⁴ shan⁴
   nohy⁴ tyehng² uh⁴ dah²*
   They will drive over to Sam Son to visit the famous seafood market there.

PRACTICE EXERCISES

A. Fill-in-the-blanks

Complete the following sentences with the particles according to the suggestions
in parentheses. Use each particle in the list below only once.

> được   à   đâu   sao   ạ

1. Phú Quốc nổi tiếng về nghề nuôi ngọc trai _____? (*Asking for confirmation*)
   Phu Quoc is known for pearl farming, isn't it?

2. Chiều nay đoàn du lịch sẽ _____ đi câu cá trên thuyền. (*Opportunity*)
   The tourist will get to go boat fishing this afternoon.

3. Tranh xà cừ là nghệ phẩm làm từ chất óng ánh trong vỏ sò _____?
   (*Asking with surprise*)
   *Nacre paintings are artwork made with a shiny substance from seashells, aren't
   they?*

4. Tôi có biết rằng ngọc trai có nhiều màu khác nhau _____! (*Negative*)
   I had no idea that pearls came in different colors.

5. Cái lược này làm bằng đồi mồi giả, chị _____. (*Friendliness*)
   This comb is made with imitation sea turtle shells; you know?

B. Where do the particles go in the sentences?

Choose the correct particle for each of the following sentences based on the suggestions in parentheses and insert it in the right slot in the sentence. Some particles can have more than one possible position.

> được   giùm   thưa   há   vậy

1. Các bạn có ăn cá sống không? (*Particle indicating ability*)
    Can you guys eat raw fish?

    _____

2. Loại dây neo này có bền không? (*Particle indicating inquisitiveness*)
    Is this type of anchor cable sturdy?

    _____

3. Những cái phao câu cá này trông đẹp quá! (*Particle used in a comment*)
    These fishing buoys look so pretty!

    _____

4. Ông, làm thế nào mà thuyền của ông đánh được nhiều tôm như thế? (*Particle indicating respect in addressing a person*)
    Sir, how come your boat team caught so much shrimp?

    _____

5. Tôi đã nhờ nhà hàng nướng tôm hùm và ghẹ mới mua từ trên thuyền về. (*Particle indicating help*)
    I have asked the restaurant to help with grilling the lobsters and sentinel crabs bought from the boats.

    _____

C. Building sentences with particles.

Write sentences in Vietnamese based on the suggestions in English below. Include the particle provided in parentheses in its correct position in each sentence. Use a dictionary if needed.

1. Ma'am, this casting net is made of high-quality monofilament fishing line. (**Thưa**)

_____

2. Looking at the sparkling jewelry made from sea materials in the glass cases, we were so impressed by the local handicrafts' talents. (**Thấy**)

_____

3. After visiting Da Lat, we will fly to Nha Trang for a week of sunbathing and seafood tasting on the beautiful beach of this city. (**Xuống**)

_____

4. The brand-new basket boats were done, ready for their maiden voyage in the sea. (**Xong**)

_____

5. Does this factory manufacture fishing boats by itself for local use? (**Lấy**)

_____

6. Tropical typhoons in the Central always cause multimillions of dollars in losses to the region's fisheries. (**Mất**)

_____

7. We did stop by the Oceanology Institute for a guided tour of viewing exotic tropical sea creatures. (**Có**)

_____

8. Had you guys called us sooner, we could have gone together to the Department of Oceanology. (**Mà**)

_____

9. The sea was so calm this morning, yet they decided not to sail their boat out for fishing. (*Lại*)

---

10. Will you guys be able to go diving with us for coral reef viewing? (*Được*)

FOLK VERSES – CA DAO
Trông trời cho chóng gió đông,
Cho thuyền được gió, cho nhông tôi về.

In the past there was no modern technology to help in the forecast of weather, and the safety of off-shore fishing depended solely on natural weather.

LITERAL MEANING
I hope that the east wind will soon blow, so all the boats will sail along with it and my husband will come home.

FIGURATIVE MEANING
The east wind blows in the spring months, when the sea is usually calm and favorable for fishing activities.

CULTURAL ASPECT

A majority of families living in the coastal areas make their living by fishing. The fishermen's wives always wait for their husbands to come home safely after every fishing trip. These folk verses are heard in the northern parts of the Central region, where the dialectal term **nhông** means **chồng** "husband" in standard Vietnamese.

TOPICAL VOCABULARY – TỪ VỰNG THEO CHỦ ĐỀ

NOUNS – DANH TỪ

bãi biển beach
bão biển sea storm
bão nhiệt đới typhoon
biển động rough sea
biển lặng calm sea
bờ biển coast, seashore
cá thu mackerel
cá voi whale
cua crab
ghẹ sentinel crab
ghe thúng basket boat
gỏi cá fish salad
hải dương học oceanology
hải sản seafood; sea products
kinh tế economy
làng chài lưới fishing village
lẩu hải sản seafood hotpot
lưới net
neo anchor
ngành nuôi trồng hải sản aquaculture
nghề nuôi ngọc trai pearl farming
ngọc trai pearl
ngư dân/dân chài fisherman
ngư nghiệp fishery
phao buoy
rặng san hô coral reef
thập kỷ decade
thuỷ triều tide

thuyền đánh cá fishing boat
thuyền/ghe boat
tôm hùm lobster
xưởng nước mắm fish sauce factory

ADJECTIVES – TÍNH TỪ

duyên hải coastal
nước mặn saltwater
nước ngọt freshwater
quan trọng important

VERBS – ĐỘNG TỪ

biến chế hải sản to process seafood
câu cá/đánh cá to fish
câu cua to angle crabs
đan lưới to weave a net
đánh bắt to catch
dạt vào bờ to beach (*whale*)
giăng câu to trawl
hò kéo lưới to chant while pulling nets
kéo lưới to pull a fishnet
kỹ nghệ hoá to industrialize
nhập cảng to import
ra khơi to go out on the high seas
sản xuất to manufacture
sống về to earn a living on
tắm nắng to sunbathe
xuất cảng to export

CHAPTER 10

Other Parts of Speech

Các Từ Loại Khác

Life in the Highlands – *Cuộc Sống Miền Cao Nguyên*

Picking tea leaves is a part of daily work for most highland women in the North.

Of the remaining parts of speech to be discussed in this chapter, prepositions and conjunctions in Vietnamese show some degree of flexibility in that they can be deleted in certain contexts. Another focus of this chapter is the presentation of the three most common words in the language: **thì**, **là** and **mà**. Depending on how they are used in contexts, these words can function as different parts of speech, bringing about various effects and nuances to the sentences.

10.1 Prepositions

A preposition is a type of word that comes before a noun, a pronoun or an adverb
to link it to the rest of a sentence:

(1) a. Vùng Cao nguyên Trung phần còn được gọi là Tây Nguyên vì nằm **ở** phía
tây.

*voongm⁵ kahw¹ ngwyehn¹ troongm¹ fun⁵ kahn⁵ dŭuhk⁶ gahy⁶ là tay¹ ngw-
yehn¹ vee⁵ năm⁵ uh⁴ feeuh² tay¹*

The Central Highlands is also called the Western Highlands because it
is located in the west.

b. **Từ** Sài Gòn đến thành phố cao nguyên Lâm Đồng lái xe khoảng 240 cây số.

*tŭ⁵ shie⁵ gahn⁵ dehn² thănh⁵ foh² kahw¹ ngwyehn¹ lum¹ dohngm⁵ lie² se¹
khwang⁴ hie¹ trăm¹ bohn² mŭuhy¹ kay¹ shoh²*

The driving distance from Saigon to the highland city of Lam Dong is
about 240 kilometers.

In addition to *simple* prepositions, there are *compound* prepositions (or phrasal
prepositions), which consist of several words:

(2) a. **Nhờ vào** khí hậu mát ở cao độ, hoa trái ở các vùng cao nguyên luôn tươi
tốt.

*nhuh⁵ vahw⁵ khee² hohw⁶ mat² uh⁴ kahw¹ doh⁶ hwa¹ trie² uh⁴ kak⁵
voongm⁵ kahw¹ ngwyehn¹ lwohn¹ tŭuhy¹ toht²*

Thanks to the cool climate at high altitudes, flowers and fruits in the
highlands are perpetually nice and fresh.

b. Việt Nam có tổng cộng 16 vùng cao nguyên, **kể cả** bảy vùng ở miền Tây
Bắc và chín vùng ở Trung phần.

*vyeht⁶ nam¹ kah² tohngm⁴ kohngm⁶ mŭuhy⁵ shăw² voongm⁵ kahw¹ ngw-
yehn¹ keh⁴ ka⁴ băy⁴ voongm⁵ uh⁴ myehn⁵ tay¹ băk² va⁵ cheen² voongm⁵
uh⁴ troongm¹ fun⁵*

Vietnam has a total of sixteen highland regions, including seven in the
Northwest and nine in the Central.

c. **Thay vì** đi máy bay lên Đà Lạt, bạn có thể lái xe qua Đèo Ngoạn Mục để
ngắm cảnh thiên nhiên hùng vĩ trước khi đến thành phố nghỉ mát nổi
tiếng này.

*thăy¹ vee⁵ dee¹ măy² băy¹ lehn¹ da⁵ lat⁶ ban⁶ kah² theh⁴ lie² se¹ kwa¹ dew⁵
ngwan⁶ mookp⁶ deh⁴ ngăm² kănh⁴ thyehn¹ nhyehn¹ hoongm⁵ vee³ trŭuhk²
khee¹ dehn² thănh⁵ foh² ngee⁴ mat² nohy⁴ tyehng² năy⁵*

Instead of flying to Da Lat, you can drive through the Bellevue Pass to
enjoy the majestic natural scenes before arriving in this famous resort
city.

d. Tạp chí này có nhiều bài vở **liên quan đến** vấn đề cải cách kinh tế vùng
cao nguyên.
*tap⁶ chee² năy⁵ kak² nhyehw⁵ bie⁵ vuh⁴ lyehn¹ kwan¹ dehn² vun² deh⁵ kie⁴
kăch² keenh¹ teh² voongm⁵ kahw¹ ngwyehn¹*
This magazine contains several articles regarding the economical
reforms in the highlands.

A peculiar characteristic about prepositions in Vietnamese is that some of
them can be omitted in certain contexts. The preposition **đến** "to, toward,"
for example, is usually required for most verbs of movement, but gets omitted when
used with the verb **đi** "to go" in frequently used expressions. Examine the follow-
ing examples, in some of which the implied preposition is shown in italics and
between square brackets:

(3) a. Chiếc xe cũ kỹ này không chạy nổi **đến** Sapa đâu!
chyehk² se¹ koo³ kee³ năy⁵ khohngm¹ chăy⁶ nohy⁴ dehn² sa¹ pa¹ dohw¹
No way this clunker can run all the way to Sapa!

b. Từ khách sạn, chúng tôi có thể đi bộ **đến** Thác Bạc trong vòng 10 phút.
*tử⁵ khăch² shan⁵ choongm² tohy¹ kah² theh⁴ dee¹ boh⁵ dehn² thak² bak⁶
trahngm¹ vahng¹ mũuhy⁵ foot²*
From our hotel, we can walk to Silver Waterfall within ten minutes.

c. Từ Hà Nội đi [**đến**] Sapa bằng xe lửa mất bao lâu?
tử⁵ ha⁵ nohy⁶ dee¹ sa¹ pa¹ băng⁵ se¹ lũuh⁴ mut² bahw¹ lohw¹
How long does it take to go from Hanoi to Sapa by train?

d. Tối nay chúng ta đi [**đến**] chợ đêm Sapa nhé!
tohy² năy¹ choongm² ta¹ dee¹ chuh⁶ dehm¹ sa¹ pa¹ nhe²
Let's go to the Sapa night market this evening, OK?

The preposition denoting possession **của** is often omitted when used between
a person or an object and a "possessor" referred to in the form of a pronoun,
mostly in the spoken language:

(4) a. Cha mẹ [**của**] anh ấy là người thiểu số sống ở vùng cao nguyên Tây Bắc.
*cha¹ me⁶ ănh¹ ay² la⁵ ngũuhy² thyehw⁴ shoh² shohngm² uh⁴ voongm⁵
kahw¹ ngwyehn¹ tay¹ băk²*
His parents are minority inhabitants in the Northwest Highlands
region.

b. Bạn [*của*] tôi là một nhà ngôn ngữ học nghiên cứu về các thứ tiếng thiểu số ở Cao Nguyên Trung Phần.
ban[6] tohy[1] la[5] moht[6] nha[5] ngohn[1] ngữ[3] hahkp[6] ngyehn[1] kŭw[2] veh[4] kak[2] thữ[2] tyehng[2] thyehw[4] shoh[2] uh[4] kahw[1] ngwyehn[1] troongm[1] fun[5]
My friend is a linguist who does research on the minority languages in the Central Highlands.

c. Máy bay [*của*] chúng tôi đáp xuống phi trường Liên Khương trễ 15 phút.
mǎy[2] bǎy[1] chooongm[1] tohy[1] dap[2] swohng[2] fee[1] trŭuhng[5] lyehn[1] khŭuhng[1] treh[3] mǔuhy[5] lăm[1] foot[2]
Our plane landed fifteen minutes late at Lien Khuong Airport.

In some cases, though, the omission of **của** is avoided if the noun before it has more than one meaning and after it comes a person's name. For example, while **cô của Lan** means either "Lan's aunt" or "Lan's female teacher," **cô Lan** is understood as "Miss Lan." Likewise, **ông của Tuấn** refers to "Tuan's grandfather," whereas **ông Tuấn** means "Mr. Tuan."

Some other prepositions can also be omitted in certain contexts. In a phrase like **vấn đề cải cách [về] kinh tế [ở] vùng cao nguyên** "the issue of economical reforms in the highlands" can be simplified as **vấn đề cải cách kinh tế vùng cao nguyên**, without the prepositions **về** and **ở**, even in the written style.

10.2 Conjunctions

A conjunction does the work of joining two elements of the same category (noun to noun/pronoun, adjective to adjective, verb to verb, phrase to phrase, clause to clause, etc.). Conjunctions are classified into *coordinate conjunctions* and *subordinate conjunctions*.

A *coordinate conjunction* joins two elements of the same category: **cao nguyên VÀ đồng bằng** "highlands and deltas"; **ba tôi VỚI tôi** "my dad and me"; **đẹp NHƯNG vắng vẻ** "spectacular but deserted"; **đi xe HAY đi bộ** "riding or walking"; **Tỉnh Kontum không lớn MÀ CŨNG KHÔNG nhỏ** "Kontum province is not large, nor is it small," etc.

The conjunction **và** "and" (oftentimes replaced with **với** in spoken language, not to be confused with **với** as a preposition meaning "with") is usually omitted in a number of common phrases such as **truyền hình trắng đen** "black and white TVs"; **tóc muối tiêu** "salt and pepper hair"; **ngày giờ làm việc** "working days and hours"; **rung chuyển cả đất trời** "shaking both heaven and earth," etc.

When referring to two people—related, married or in certain type of relationship— **và** is also omitted, and **hai** "two" is added to the phrase: **hai mẹ con** "mother and daughter"; **hai chị em** "sister and brother"; **hai bà cháu** "grandmother and granddaughter"; **hai vợ chồng** "husband and wife"; **hai thầy trò** "teacher and pupil," etc.

Hay "or" has a synonym, **hoặc**. However, while **hay** can be used in any construction, **hoặc** cannot be used in a choice question. Compare:

(5) a. Trong phương ngữ miền Bắc, vùng cao được gọi là cao nguyên **hay/hoặc** miền thượng du.

trahngm[1] fŭuhng[1] ngŭ[3] myehn[5] băk[2] voongm[5] kahw[1] dŭuhk[6] gahy[6] la[5] kahw[1] ngwyehn[1] hăy[1] hwăk[6] myehn[5] thŭuhng[6] yoo[1]

In northern dialects, the elevated areas are called highlands or uplands.

b. Sơn La là vùng thượng du hay (⊗ **hoặc**) trung du vậy?

shuhn[1] la[1] la[5] voongm[5] thŭuhng[6] yoo[1] hăy[1] troongm[1] yoo[1] vay[6]

Is Son La the highlands or the midlands?

A *subordinate conjunction* joins a main clause with a subordinate clause in a complex sentence. Like prepositions, some of these conjunctions can be phrasal in addition to their simple counterparts:

(6) a. Du khách ngoại quốc thường tưởng lầm **rằng** miền Nam cũng có cao nguyên.

yoo[1] khăch[2] ngwie[6] kwohk[2] thŭuhng[2] tŭuhng[4] lum[5] răng[5] myehn[5] nam[1] koongm[3] kah[2] kahw[1] ngwyehn[1]

Foreign tourists usually think incorrectly that the Southern region also has highlands.

b. **Nếu** đi về hướng cực bắc, các bạn sẽ được đến thăm cao nguyên Đồng Văn.

nehw[2] dee[1] veh[5] hŭuhng[2] kŭk[6] băk[2], kak[2] ban[6] she[3] dŭuhk[6] dehn[2] thăm[1] kahw[1] ngwyehn[1] dohngm[5] văn[1]

If headed toward the northernmost part, you guys will get to check out Dong Van highlands.

c. Chúng tôi nhớ mãi vùng cao nguyên Mộc Châu **vì** ở đó chúng tôi được nếm qua những món ăn độc đáo của người miền núi.

choongm[2] tohy[1] nhuh[2] mie[3] voongm[5] kahw[1] ngwyehn[1] mohkp[6] chohw[1] vee[5] uh[4] dah[2] choongm[2] tohy[1] dŭuhk[6] nehm[2] kwa[1] nhŭng[3] mahn[2] ăn[1] dohkp[6] dahw[2] koouh[4] ngŭuhy[5] myehn[5] nooy[2]

We always remember the Moc Chau highlands because it was there that we got to taste some unique dishes prepared by the highlanders.

d. Tôi thì đi chợ phiên nào cũng được, **miễn là** của người vùng cao thôi.
*tohy¹ thee⁵ dee¹ chuh⁶ fyehn¹ nahw⁵ koongm³ dŭuhk⁶ myehn³ la⁵ koouh⁴
ngŭuhy⁵ voongm⁵ kahw¹ thohy¹*
For me, going to any fair would do, provided it is held by mountaineers.

e. **Giả dụ rằng** hôm nay trời nắng, các anh chị có muốn đến thác Prenn chơi
không?
*ya⁴ yoo⁶ răng⁵ hohm¹ năy¹ truhy⁵ năng² kak² ănh¹ chee⁶ kah² mwohn²
dehn² thak² pren¹ chuhy¹ khohngm¹*
Supposing that it's sunny today, would you guys like to come hang out
at Prenn Waterfall?

The Western Highlands are well known for their majestic waterfalls.

10.3 Prepositions of time vs. conjunctions of time

Learners of Vietnamese can get confused between a preposition and a conjunction when they both refer to time but are different in grammatical functions; for example, **trong** "during" and **trong khi** "while." A rule of thumb for this is to remember that a preposition is followed by a noun, a pronoun or an adverb, while its conjunction counterpart is followed by a clause or, if the subject is implied, immediately followed by a verb. Look at the chart below, which includes the most common prepositions and conjunctions of time, before examining the examples that follow:

	PREPOSITIONS AND CONJUNCTIONS OF TIME					
Preposition	**vào** *in, on, at*	**trong** *during*	**trước** *before*	**sau** *after*	**từ** *from, since*	**đến** *to, until*
Conjunction	**khi** *when*	**trong khi** *while*	**trước khi** *before*	**sau khi** *after*	**từ khi** *since*	**đến khi** *until*

(7) a. Hoa lá ở cao nguyên Mộc Châu đẹp nhất **vào** mùa xuân. (***vào** = preposition*)
   hwa¹ la² uh⁴ kahw¹ ngwyehn¹ mohkp⁶ chohw¹ dep⁶ nhut² vahw⁵ moouh⁵ swun¹
   Flowers in Moc Chau highlands are the most beautiful in the spring.

b. Hoa lá ở cao nguyên Mộc Châu đẹp nhất **khi** mùa xuân tới. (***khi** = conjunction*)
   hwa¹ la² uh⁴ kahw¹ ngwyehn¹ mohkp⁶ chohw¹ dep⁶ nhut² khee¹ moouh⁵ swun¹ tuhy²
   Flowers in Moc Chau highlands are the most beautiful when spring arrives.

c. Lễ hội Hoa Đà Lạt sẽ mở cửa **đến** cuối tháng 12. (***đến** = preposition*)
   leh³ hohy⁶ hwa¹ da⁵ lat⁶ she³ muh⁴ kŭuh⁴ dehn² kooy² thang² mŭuhy⁵ hie¹
   The Da Lat Flower Festival will open until the end of December.

d. Lễ hội Hoa Đà Lạt sẽ mở cửa **đến khi** năm dương lịch kết thúc. (***đến khi** = conjunction*)
   leh³ hohy⁶ hwa¹ da⁵ lat⁶ she³ muh⁴ kŭuh⁴ dehn² khee¹ năm¹ um¹ leech⁶ keht² thookp²
   The Da Lat Flower Festival will open until the solar year ends.

e. Đoàn du khách sẽ ghé qua Viện Bảo Tàng Dân Tộc Học ở Dak Lak **sau** bữa ăn trưa. (***sau** = preposition*)
   dwan⁵ yoo¹ khăch² she³ ge² kwa¹ vyehn⁶ bahw⁴ tang⁵ yun¹ tohkp⁶ hahkp⁶ uh⁴ dăk² lăk² shăw¹ bŭuh³ ăn¹ trŭuh¹
   The tourist group will stop by the Museum of Ethnology in Dak Lak after lunch.

f. Đoàn du khách sẽ ghé qua Viện Bảo Tàng Dân Tộc ở Dak Lak **sau khi** ăn trưa xong. (***sau khi** = conjunction*)
   dwan⁵ yoo¹ khăch² she³ ge² kwa¹ vyehn⁶ bahw⁴ tang⁵ yun¹ tohkp⁶ uh⁴ dăk² lăk² shăw¹ khee¹ ăn¹ trŭuh¹ sahngm¹
   The tourist group will stop by the Museum of Ethnology in Dak Lak after having lunch.

10.4 Interjections

Interjections are words or phrases that express speakers' emotions or reactions such as joy, pain, hesitation, anger, surprise, disappointment, etc. They can be used independently or together with a sentence and mostly appear in informal speaking or writing. An interjection does not necessarily express only one type of emotion, which can flexibly be determined by the context in which it is used. The following are some common interjections in Vietnamese:

(8) a. **A!** Biển Hồ của Pleiku gần chỗ chúng ta đang nghỉ lắm. (*Pleasant surprise*)
        a¹ byehn⁴ hoh⁵ koouh⁴ play¹ koo¹ gun⁵ choh⁴ choong² ta¹ dang⁵ ngee⁴ lăm²
        Ah! Pleiku's Sea Lake is quite close to where we are resting.

   b. **Ủa!** Cô không biết là Thung Lũng Tình Yêu ở Đà Lạt sao? (*Surprise*)
        oouh⁴ koh¹ khohngm¹ byeht² la⁵ thoongm¹ loongm⁴ teenh⁵ yehw¹ uh⁴ da⁵ lat⁶ shahw¹
        Wait! Didn't you know that Love Valley was in Da Lat?

   c. **Than ôi!** Chúng tôi đã lỡ dịp ngắm ruộng bậc thang ở cao nguyên Bắc Hà rồi. (*Disappointment*)
        than¹ ohy¹ choong² tohy² da³ luh³ yeep⁶ ngăm² rwohng⁶ buk⁶ thang¹ uh⁴ kahw¹ ngwyehn¹ băk² ha⁵ rohy⁵
        Alas! We have missed checking out the rice terraces in Bac Ha highlands!

   d. **Trời ơi,** anh muốn ghé bản Sín Chải và ngắm đỉnh Fansipan mà giờ này chưa chuẩn bị gì cả! (*Exasperation*)
        truhy⁵ uhy¹ ănh¹ mwohn² ge² ban⁴ seen² chie⁴ va⁵ ngăm² deenh⁴ fan¹ see¹ pan¹ ma⁵ yuh⁵ năy⁵ chŭuh¹ chwun⁴ bee⁶ yee⁵ ka⁴
        Oh my God, you wanted to stop by Sin Chai village and view Fansipan peak yet you're not ready at all.

   e. **Úi da,** mấy cái gai hoa hồng đâm vào tay tôi đau quá! (*Expressing pain*)
        ooy² ya¹ may² kie² gie¹ hwa¹ hohngm⁵ dum¹ vahw⁵ tăy¹ tohy¹ dăw¹ kwa²
        Ouch! Those rose thorns pierced my hand so painfully!

   f. **Trời đất quỷ thần ơi!** Sao các anh lại dám leo lên một trong những đỉnh núi của dãy Hoàng Liên Sơn vậy? (*Disbelief*)
        truhy⁵ dut² kwee⁴ thun⁵ uhy¹ shahw¹ kak² ănh¹ lie⁶ yam² lew¹ lehn² moht⁶ trangm¹ nhŭng³ deenh⁴ nooy² koouh⁴ yăy³ hwang⁵ lyehn¹ shuhn¹ vay⁶
        O Heaven, Earth, devils and gods! How dared you climb one of Hoang Lien Son Range's peaks?

10.5 The different functions of THÌ, MÀ and LÀ

Thì, mà and **là** are the words most commonly used in Vietnamese, especially in the spoken language. These words also appear with different grammatical functions, adding richness and nuances to the language. Some of the functions of these words are discussed in the previous chapters, but the following sections present a general view of their various uses in sentences.

10.5.1 The word THÌ

As a verb meaning "to be," **thì** is followed by an adjective that describes the subject of a sentence:

(9) Những đồi chè xanh ngút ngàn ở cao nguyên Mộc Châu **thì** đẹp không thể tả!

những³ dohy⁵ che⁵ sănh¹ ngoot² ngan⁵ uh⁴ kahw¹ ngwyehn¹ mohkp⁶ chohw¹ thee⁵ dep⁶ khohngm¹ theh⁴ ta⁴

The lush tea hills in Moc Chau highlands are indescribably beautiful!

As an adverb, **thì** is usually used in conditional sentences to mean "in that case":

(10) Nếu muốn tìm hiểu thêm về phong tục của người Mông, **thì** các bạn nên nếm thử những món ăn cổ truyền của họ.

nehw² mwohn² teem⁵ hyehw⁴ thehm¹ veh⁵ fahngm¹ tookp⁵ koouh⁴ ngŭuhy⁵ mohngm¹ thee⁵ kak² ban⁶ nehn¹ nehm² thŭ⁴ nhŭng³ mahn² ăn¹ koh⁴ trwyehn⁵ kooh⁴ hah⁶

If you want to learn more about the customs of the Hmong people, then you should taste some of their traditional dishes.

As a particle, **thì** is used after an element in a sentence to emphasize it:

(11) Kontum **thì** ai cũng biết là một nơi lý tưởng để thử thú cưỡi voi.

kon¹ toom¹ thee⁵ ie¹ koohngm³ byeht² la⁵ moht⁶ nuhy¹ lee² tŭuhng⁴ deh⁴ thŭ⁴ thoo² kŭuhy³ vahy¹

Kontum is known to everyone to be an ideal place where you can try the fun of elephant riding.

Thì also precedes an element to show a contrast between this element and another one previously stated:

(12) Hôm nay các cô muốn tham dự Lễ Hội Cà-Phê ở Ban Mê Thuột, còn chúng
tôi **thì** thích xem Lễ hội Đâm Trâu của người Ba Na ở Gia Lai.
*hohm¹ năy¹ kak² koh¹ mwohn² tham² yũ⁶ leh³ hohy⁶ ka⁵ feh¹ uh⁴ ban¹ meh¹
thwoht⁶ kahn⁵ choongm² tohy¹ thee⁵ theech² sem¹ leh³ hohy⁶ dum¹ trohw¹
koouh⁴ ngŭuhy⁵ ba¹ na¹ uh⁴ ya¹ lie¹*
Today the girls want to come out to the Coffee Festival in Ban Me
Thuot, whereas we like to watch the Buffalo Sacrifice Festival of the
Bahnar people in Gia Lai.

10.5.2 The word MÀ

As a coordinate conjunction meaning "yet," **mà** is used to express a strong con-
trast between two ideas or situations:

(13) Cầu treo KonKlor ở Kontum đẹp vậy **mà** các bạn lại không muốn đến thăm.
*kohw⁵ trew¹ kon¹ klar¹ uh⁴ kon¹ toom¹ dep⁶ vay⁶ ma⁵ kak² ban⁶ lie⁶
khohngm¹ mwohn² dehn² thăm¹*
KonKlor Suspension Bridge in Kontum is so spectacular, yet you guys
don't want to come and check it out.

In certain contexts, **mà** simply means "and," joining two parts in a sentence:

(14) Chiều chiều anh ấy thường ngồi sau vườn **mà** đánh đàn.
chyehw⁵ chyehw⁵ ănh¹ ay² thŭuhng⁵ ngohy⁵ shăw¹ vŭuhn⁵ ma⁵ dănh² dan⁵
He often sits in the garden and plays the guitar in the afternoon.

As a subordinate conjunction meaning "so that," **mà** expresses a purpose:

(15) Chúng ta nên dừng chân ở chợ Ban Mê Thuột **mà** nghỉ ngơi và kiếm món
gì ăn cho đỡ đói.
*choognm² ta¹ nehn¹ yũng⁵ chun¹ uh⁴ chuh⁵ ban¹ meh¹ thwoht⁶ ma⁵ ngee⁴
nguhy¹ va⁵ kyehm² mahn² yee⁵ ăn¹ chah¹ duh⁴ dahy²*
We should stop by Ban Me Thuot Market to rest and grab something to
eat.

As a relative word, **mà** appears in an adjective clause, referring to a noun in
the main clause and links it to the adjective clause:

(16) Nhà Rông là loại nhà sàn độc đáo của người Tây Nguyên **mà** tôi đã nói qua
với anh.
*nha⁵ rohngm¹ la⁵ lwie⁶ nha⁵ shan⁵ dohkp⁶ dahw² koouh⁴ ngŭuhy⁵ tay¹ ngw-
yehn¹ ma⁵ tohy¹ da³ nahy² kwa¹ vuhy² ănh¹*
Rong houses are a unique type of tilt houses that I have mentioned to
you.

As a particle, **mà** is usually used to express an idea rhetorically:

(17) Ai **mà** không biết Tây Nguyên có nhiều dân tộc thiểu số sinh sống!
    ie¹ ma⁵ khohngm¹ byeht² tay¹ ngwyehn¹ kah² nhyehw⁵ yun¹ tohkp⁶ thyehw⁴ shoh² sheenh¹ shohngm²
    Who wouldn't know the Western highlands have many ethnic inhabitants?

10.5.3 The word LÀ

As a verb meaning "to be," **là** is followed by a noun that identifies the subject of a sentence or an adjective that describes it:

(18) a. Đà Lạt **là** thành phố cao nguyên do đoàn thám hiểm của bác sĩ Alexandre Yersin khám phá vào cuối thế kỷ thứ 19.
      da⁵ lat⁶ la⁵ thănh⁵ foh² kahw¹ ngwyehn¹ yah¹ dwan⁵ tham² hyehm⁴ koouh⁴ bak² shee³ Alexandre Yersin kham² fa² vahw⁵ kooy² theh² kee⁴ thử² mŭuhy⁵ cheen²
      Da Lat is a highland city discovered by Dr. Alexandre Yersin's expedition by the end of the nineteenth century.

   b. Việc phát triển giao thông ở các vùng cao nguyên **là** thiết yếu đối với ngành du lịch ở đó.
      vyehk⁶ fat² tryehn⁴ yahw¹ thohngm¹ uh⁴ kak² voongm⁵ kahw¹ ngwyehn¹ la⁵ thyeht² yehw² dohy² vuhy² ngănh⁵ yoo¹ leech⁵ uh⁴ dah²
      The development of transportation in the highland regions is essential for their tourism.

As a subordinate conjunction joining a main clause to a noun clause, **là** means "that" (synonymous to **rằng**, used in the spoken language and can optionally be omitted):

(19) Tôi nghĩ **là** du khách ngoại quốc thường đến thăm cao nguyên miền Trung hơn cao nguyên miền Bắc.
    tohy¹ ngee³ la⁵ yoo¹ khăch² ngwie⁶ kwohk² thửuhng⁵ dehn² thăm¹ kahw¹ ngwyehn¹ myehn⁵ troongm¹ huhn¹ kahw¹ ngwyehn¹ myehn⁵ băk²
    I think that foreign tourists visit the Central highlands more often than the Northern Highlands.

As a particle used mostly in the spoken language, **là** brings more effect to an idea that is already emphasized:

(20) Món gà nướng măng đen nhậu với rượu cần thật **là** khoái khẩu!

mahn² ga⁵ nŭuhng² măng¹ den¹ nhohw⁶ vuhy² rŭuhw⁶ kun⁵ thut⁶ la⁵ khwie²
khohw⁴

Eating grilled chicken with black bamboo shoots and washing it down with straw liquor is super appetizing!

In some contexts, **là** is added to a word in a colloquial manner as a "filler" with no particular meaning:

(21) a. Ngày mai chúng ta sẽ đi Gia Lai hay **là** Dak Lak?

ngăy⁵ mie¹ choongm² ta¹ she³ dee¹ ya¹ lie¹ hăy¹ la⁵ dak² lak²

Shall we go to Gia Lai or Dak Lak tomorrow?

b. Tôi thích bánh canh ở Đà Lạt hơn **là** bánh canh ở Ban Mê Thuột.

tohy¹ theech² bănh² kănh¹ uh⁴ da⁵ lat⁶ huhn¹ la⁵ bănh² kănh¹ uh⁴ ban¹ meh¹
thwoht⁶

I like the thick noodle soup in Da Lat better than that of Ban Me Thuot.

Là is also found in several expressions such as **nhất là** "especially," **một là** "firstly," **hai là** "secondly," **vấn đề là** "the thing is," **đặc biệt là** "in particular," etc.

PRACTICE EXERCISES

A. Prepositions and conjunctions

Fill in the blanks in the following dialogue between a reporter (**phóng viên** – **PV**) and a tour guide (**hướng dẫn viên** – **HDV**), with the correct prepositions and conjunctions provided in the list below. Use each preposition or conjunction only once. Consult a dictionary if needed.

PREPOSITIONS: **của** *"of"*   **về** *"about"*   **ở** *"in"*   **ngoài** *"beside"*   **cho** *"for"*
liên quan đến *"regarding"*   **ngoại trừ** *"except for"*   **do** *"by"*
với *"with"*   **trên** *"on"*

CONJUNCTIONS: **và** *"and"*   **một khi** *"once"*   **chừng nào mà** *"as long as"*
rằng *"that"*   **bất cứ khi nào** *"whenever"*   **mặc dầu** *"although"*
để *"in order that"*   **vì** *"because"*   **nhưng** *"but"*

PV: Thưa cô, cô có thể giới thiệu một số điểm đặc biệt _____

cao nguyên Đồng Văn không ạ?

HDV: Vâng, cao nguyên này còn gọi là cao nguyên đá _____

nó có đầy đủ yếu tố _____ địa chất khoáng sản.

PV: Cao nguyên Đồng Văn toạ lạc _____ tỉnh nào?

HDV: Nhiều người tưởng lầm _____ cao nguyên này thuộc

về tỉnh Cao Bằng, _____ thật ra nó thuộc về tỉnh Hà

Giang.

PV: Những dân tộc thiểu số sinh sống _____ cao nguyên

này gồm những người nào?

HDV: _____ người Kinh ra, còn có các dân tộc khác như

Mông, Lô Lô, Dao, v.v. _____ khác nhau về chủng

tộc, mọi người đều sống chung _____ nhau rất vui

vẻ _____ hoà thuận.

PV: Còn những vấn đề _____ du lịch thì sao ạ?

HDV: _____ một số vướng mắc về thủ tục nhập cảnh đối

với du khách ngoại quốc, ngành du lịch ở đây khá phát triển. _____

cao nguyên Đồng Văn còn tồn tại, chừng đó dân cư quanh vùng còn được

hưởng những lợi lộc _____ du lịch mang lại.

PV: Cám ơn cô đã cho biết nhiều chi tiết thú vị. Tôi tin là ngành du lịch ở đây sẽ

được cải thiện nhiều _____ những thủ tục nhập cảnh

trở nên đơn giản hơn.

HDV: Dạ, không có chi. Sau này, ông có thể liên lạc với chúng tôi _____

_____ ông cần thêm tài liệu _____ viết thêm

những bài tường trình về du lịch _____ tạp chí Người

Du Lịch.

B. Prepositions and conjunctions of time

Việt, leader of a tourist group, jots down in his iPad notes what his group plans to do during their one-week visit in the Central Highlands, starting in the Province of Kontum in the north and ending in the Province of Lam Dong in the southeastern part. Choose the correct *prepositions* or *conjunctions* (singly or from each contrastive pair where applicable) in the list for the blanks in the sentences below. Use each preposition or conjunction only once.

vào	khi	trước/trước khi	từ/từ khi
sau/sau khi		trong/trong khi	đến/đến khi

Thứ Hai _____ 10 giờ trở đi: Thăm Nhà Thờ Chánh Toà – Thành phố/Tỉnh Kontum. (*Cathedral Church – Kontum City/Province*)

Thứ Ba Ghé Làng Voi Nhơn Hoà – Thành phố Pleiku/Tỉnh Gia Lai _____ ăn sáng. (*Nhon Hoa Elephant Village – Pleiku City / Gia Lai Province*)

Thứ Tư Thăm viếng và chụp ảnh ở Khu Du Lịch Sinh Thái M'Drak – Huyện M'Drak/Tỉnh Đắk Lắk – _____ rời tỉnh này. (*M'Drak Ecotourism Complex – M'Drak District / Dak Lak Province*)

Thứ Năm Quay phim tại Hang Động Chư Bluk _____ thời gian

ngụ tại khách sạn Robin Gia Nghĩa – Huyện Krông Nô/Tỉnh Đắk Nông.

(*Chu Bluk Cave – Krong No District / Dak Nong Province*)

Thứ Sáu Tham dự các buổi thuyết trình về sinh thái tại Vườn Quốc Gia Tà Đùng

_____ buổi chiều – Huyện Đắk Glong/Tỉnh Đắk Nông.

(*Ta Dung National Park – Dak Glong District / Dak Nong Province*)

Thứ Bảy Ngoạn cảnh và ăn tối ở Thung Lũng Tình Yêu – Thành phố Đà Lạt/Tỉnh

Lâm Đồng _____ khu du lịch đóng cửa. (*Valley of Love*

– Da Lat City / Lam Dong Province)

Chủ nhật Đi dù lượn ở núi Liangbiang _____ thời tiết đẹp –

Thành phố Đà Lạt/Tỉnh Lâm Đồng. (*Da Lat City / Lam Dong Province*)

C. Interjections – Central Highlands' ethnic foods

Complete the following sentences with the correct interjections given in the list below, according to the prompts in parentheses.

> **ồ** *"oh"*   **à** *"aha"*   **ôi** *"bah"*   **thôi chết** *"oops"*   **này** *"hey"*   **ấy** *"eep"*
> **a** *"ah"*   **chà** *"wow"*

1. _____, món bún đỏ Đắk Lắk trông hấp dẫn thật! (*Impressed*)
   [...], the red noodle dish looks really appetizing!

2. _____, các cô phải ăn món gà nướng bản Đôn chấm với muối ớt mới đúng điệu. (*Enthusiastic*)
   [...], you should appropriately eat the Don village grilled chicken dipping it in spicy salt.

3. _____, tôi đâu có gọi món canh chua cá lăng này! (*Surprised*)
   [...] I did not order this sour soup with Lang fish!

4. _____, chúng tôi mong được ăn món gỏi lá này từ lâu lắm rồi! (*Pleasantly surprised*)
   [...], we've been waiting to taste this medley salad for a long time!

5. _____, món măng nướng xào bò này thì có khác gì như ở Sài Gòn đâu! (*Dismissive*)

   [...], this stir-fried beef dish served with grilled bamboo shoots is no different than that in Saigon!

6. _____, tôi quên gọi món phở khô Gia Lai cho anh rồi! (*Acknowledging a mistake*)

   [...] I forgot to order a Gia Lai dry noodle bowl for you!

7. _____, hoá ra heo rẫy nướng cũng gần giống như heo quay há! (*Understanding*)

   [...], turns out that grilled milpa pork is akin to roasted pork, huh.

8. _____, cô đã ăn qua món cơm lam bao giờ chưa? (*Calling for attention*)

   [...], have you ever tasted sticky rice in a bamboo tube.

D. Thì, mà or là?

Fill in the blanks in the following sentences with **thì, mà** or **là**, according to the suggestions in parentheses.

1. Người Nùng sống ở vùng Tây Bắc _____ lại nói một thứ tiếng rất gần gũi với tiếng Tráng ở Quảng Tây, Trung Quốc. (*Coordinate conjunction expressing contrast*)

   The Nung people live in the Northwestern region, yet they speak a language very close to the Zhuang language in Guangxi, China.

2. Trang phục của người Dao _____ sặc sỡ hơn trang phục của người Thái. (*Verb "to be" used with adjective*)

   The Yao people's costumes are more colorful than those of the Tai people.

3. Những ngôi nhà _____ chỉ có một tầng thường là nhà của người Mông. (*Relative pronoun*)

   The houses that have only one story are usually those of the Hmong people.

4. Nếu các bạn đến vùng Tây Bắc _____ không nên bỏ qua món canh da trâu đặc biệt ở đây. (*Adverb used in a conditional sentence*)

   If you guys come to the Northwestern region, then you should not miss the special buffalo skin soup.

5. Vải do người Mường dệt thật _____ tinh xảo! (*Emphatic particle*)

   The fabrics woven by the Muong people are really, really exquisite!

6. Chàng rể người Tày _____ lúc nào cũng được gia đình nhà vợ đặc biệt yêu quý. (*Particle emphasizing a preceding element*)
   A Tay son-in-law, his wife's family always loves in a special way.

7. Nam nhắc tôi _____ người Pu Péo theo thuyết sinh khí. (*Subordinate conjunction introducing a noun clause*)
   Nam reminded me that the Qabiao people practiced animism.

8. Năm nào _____ người Sán Chỉ không ăn mừng Lễ Hội Lúa Mới! (*Particle used in a rhetorical question*)
   In what year would the San Chay people not celebrate the New Rice Festival?

FOLK VERSES – CA DAO
Thương nhau mấy núi cũng trèo,
Mấy sông cũng lội, mấy đèo cũng qua.

Traveling long-distance on foot from one place to another was commonplace in old Vietnam.

LITERAL MEANING

One would climb any mountain, cross any pass and swim in any river to be with their lover.

FIGURATIVE MEANING

Love conquers any obstacles, physical or otherwise.

CULTURAL ASPECT

Aside from glorifying the power of love, the verses depict Vietnam as a country with many mountains and rivers.

TOPICAL VOCABULARY – TỪ VỰNG THEO CHỦ ĐỀ

NOUNS – DANH TỪ

bản   village (*of minority people*)
cao độ   elevation
cao nguyên   highlands
Cao Nguyên Trung Phần   Central Highlands
cầu treo   suspension bridge
chợ phiên   fair
chủng tộc   ethnicity
dân tộc thiểu số   minority people
dãy núi   mountain range
đèo   pass
đỉnh núi   mountain peak
đồi   hill
hang động   cave
hồ   lake
hướng dẫn viên   tour guide
khí hậu   climate
lễ hội   festival
miền thượng du   uplands
miền trung du   midlands
ngành du lịch   tourism
người vùng cao   mountaineer
nhà sàn   tilt house
rẫy   milpa
ruộng bậc thang   rice terrace
Tây Nguyên   Western Highlands
thác (nước)   waterfall
thành phố nghỉ mát   resort city
thiên nhiên   nature
thời tiết   weather
thung lũng   valley
vùng   region

ADJECTIVES – TÍNH TỪ

ấm áp   warm
hùng vĩ   majestic
không thể tả   indescribable
lạnh   cold
mát   cool
ngút ngàn   lush
nóng   hot
sặc sỡ   colorful
tinh xảo   exquisite

VERBS – ĐỘNG TỪ

ăn mừng   to celebrate
cưỡi voi   to ride on elephant back
dệt   to weave
tham dự   to attend

CONJUNCTIONS – LIÊN TỪ

bất cứ khi nào   whenever
chừng nào mà   as long as
đến khi   until
giả dụ rằng   supposing that
mặc dầu   although
miễn là   provided that

PREPOSITIONS – GIỚI TỪ

kể cả   including
liên quan đến   regarding
nhờ vào   thanks to
thay vì   instead of

Types of Clauses
Các Loại Mệnh Đề

Life in the Southwest – *Cuộc Sống Miền Tây*

Temples are abundant in the Southwest, where there are several
religions such as Buddhism, Caodaism, Catholicism and Muslim.

A clause (**mệnh đề** in Vietnamese) is a unit of speech that typically consists of a
subject, a verb and other elements that might be required by the verb. In Viet-
namese, when there are two or more clauses in a sentence, oftentimes it can be
challenging for the learners to recognize them, for some elements such as sub-
jects, verbs or other grammatical words are idiomatically omitted.

11.1 Independent clauses

As its name suggests, an independent clause can stand alone with complete mean-
ing. As such, it is also identified as a *simple sentence*. Imperative sentences, where

the subject is usually absent, also count as independent clauses or simple sentences:

(1) a. Một số các tỉnh miền Tây có biên giới chung với Cam Bốt.
    *moht⁶ shoh² kak² teenh⁴ myehn⁵ tay¹ kah² byehn¹ yuhy² choongm¹ vuh²
    kam¹ boht²*
    A number of southwestern provinces share borders with Cambodia.

   b. Vào đây uống nước dừa xiêm Bến Tre!
    vahw⁵ day¹ wohng² nŭuhk² yuh⁵ syehm¹ behn² tre¹
    Come on in to have some Ben Tre dwarf coconut milk!

   c. Miền Tây được biết đến là vùng đồng bằng sông Cửu Long.
    *myehn⁵ tay¹ dŭuhk⁶ byeht² dehn² la⁵ voongm⁵ dohngm⁵ băng⁵ shohngm¹
    kŭw⁴ lahngm¹*
    The Southwest is known as the Mekong Delta.

11.2 Coordinate clauses

A coordinate clause is one of the two independent clauses joined by a conjunction to form a *compound sentence*.

(2) a. **[Tỉnh Long An nằm về phía bắc của miền Tây]**, còn **[tỉnh Cà Mau nằm ở
    vùng cực nam]**.
    *teenh⁴ lahngm¹ an¹ năm⁵ veh⁵ feeuh² băk² koouh⁴ myehn⁵ tay¹ kahn⁵
    teenh⁴ ka⁵ măw¹ năm⁵ uh⁴ voongm⁵ kŭk⁶ nam¹*
    Long An Province is located toward the north of the Southwest and Ca
    Mau Province is in the southernmost area.

   b. **[Cần Thơ không phải là thành phố lớn nhất ở miền Tây]** nhưng **[có biệt
    danh là Tây Đô]**.
    *kun⁵ thuh¹ khohngm¹ fie⁴ la⁵ thănh⁵ foh² luhn² nhut² uh⁴ myehn⁵ tay¹
    nhŭng¹ kah² byeht⁶ yănh¹ la⁵ tay¹ doh¹*
    Can Tho is not the largest city in the southwestern region but it is
    nicknamed "The Capital of the West."

   c. **[Chiều nay chúng ta sẽ ra bến Ninh Kiều chơi]** hay **[sẽ đi mua trái cây ở
    chợ nổi Cái Răng]**?
    *chyehw⁵ năy¹ choognm² ta¹ she³ ra¹ behn² neenh¹ kyehw⁵ chuhy¹ hăy¹ she³
    dee¹ moouh¹ trie² kay¹ uh⁴ chuh⁶ nohy⁴ kie² răng¹*
    Are we going to hang out at Ninh Kieu Wharf or to go fruit shopping
    at Cai Rang floating market?

11.3 Adjective clauses

An adjective clause is a type of subordinate clauses. Just like an adjective, an adjective clause describes a noun in a main clause. Together, the two clauses form a *complex sentence*. An adjective clause usually begins with the relative word **mà**, which in a lot of cases is omitted, especially in the spoken language.

(3) a. Tỉnh Đồng Tháp nổi tiếng về hoa sen, loại hoa **[(mà) được xem là quốc hoa của Việt Nam]**.

   teenh⁵ dohngm⁵ thap² nohy⁴ tyehng² veh⁵ hwa¹ shen¹ lwie⁶ hwa¹ ma⁵ dŭuhk⁵ sem¹ la⁵ kwohk² hwa¹ koouh⁴ vyeht⁶ nam¹

   Dong Thap Province is well known for its lotus flowers, which are considered Vietnam's national flower.

   b. Cù lao Thới Sơn ở tỉnh Tiền Giang có những con rạch ngoằn ngoèo **[mà du khách không thể nào quên]**.

   koo⁵ lahw¹ thuhy² shuhn¹ uh⁴ teenh⁴ tyehn⁵ yang¹ kah² nhũng³ kahn¹ răch⁶ ngwăn⁵ ngwew⁵ ma⁵ yoo¹ khăch² khohngm¹ theh⁴ nahw⁵ kwehn¹

   Tien Giang Province's Thoi Son Isle has the zigzagging canals that tourists simply cannot forget.

   c. Thị xã **[nơi (mà) tôi mở mắt chào đời]** mang tên Bình Minh, thuộc tỉnh Vĩnh Long.

   thee⁶ sa³ nuhy¹ ma⁵ tohy¹ muh⁴ măt² chahw⁵ duhy⁵ mang¹ tehn¹ beenh⁵ meenh¹ thwohk⁶ teeenh⁴ veenh⁴ lahngm¹

   The town where I was brought into this world is called Binh Minh, in Vinh Long Province.

The lotus flower is praised for its purity, expressed in the folk verses:
Trong đầm gì đẹp bằng sen,
Gần bùn mà chẳng hôi tanh mùi bùn.
"What other flowers are more beautiful than the lotuses in the marsh
Which grow near the mud but are still good smelling?"

11.4 Noun clauses

As subordinate ones, noun clauses appear in complex sentences and function as
the subject of the verb in the main clause, or as an object of another element (a
verb or an adjective). The conjunctions that open noun clauses are **rằng/là** "that"
or other interrogative words such as **ai** "who," **cái gì** "what," **làm sao** "how," **ở đâu**
"where at," etc.

(4) a. [**Làm sao mà cô ấy làm món vịt nấu chao ngon như vầy**] thật là không
thể hiểu nổi!

*lam⁵ shahw¹ ma⁵ koh¹ ay¹ lam⁵ mahn² veet⁶ nohw² chahw¹ ngahn¹ nhũ¹ vay⁵
thut⁶ la⁵ khohngm¹ theh⁴ hyehw⁴ nohy⁴*

How she made the duck cooked in fermented bean curd this delicious
is impossible to understand.

b. Hướng dẫn viên du lịch cho chúng tôi biết [**rằng ở miền Tây người ta
trồng ít nhất là 15 loại dừa khác nhau**].

*hũuhng² yun³ vyehn¹ yoo¹ leech⁶ chah¹ choongm² tohy² byeht² răng⁵ uh⁴
myehn⁵ tay¹ ngũuhy⁵ ta¹ trohngm⁵ eet² nhut² la⁵ mũuhy⁵ lăm¹ lwie⁶ yũuh⁵
khak² nhăw¹*

The tour guide let us know that in the Southwest people grew at least
fifteen different kinds of coconut trees.

c. Người dân miền Tây luôn hãnh diện [**(là) được sống ở một trong những
vùng trù phú nhất Việt Nam**].

*ngũuhy⁵ yun¹ myehn⁵ tay¹ lwohn¹ hãnh³ yehn⁶ la⁵ dũuhk⁶ shohngm² uh⁴
moht⁶ trahngm¹ nhũng³ voongm⁵ troo⁵ foo² nhut² vyeht⁶ nam¹*

The southwestern inhabitants are always proud to live in one of the
most prosperous regions of Vietnam.

Some of the "connectors" in a noun clause that are indirect specific questions
can be found at the end instead of being in the beginning, depending on its gram-
matical structure. Compare the two sentences below:

(5) a. Ông trưởng nhóm hỏi cô gái [**ai là chủ vườn trái cây này**].

ohngm¹ trũuhng⁴ nhahm² hahy⁴ koh¹ gie² ie¹ la⁵ choo⁴ vũuhn⁵ trie² kay¹ năy⁵

The group leader asked the young woman who the owner of this
orchard was.

b. Cô gái hỏi ông trưởng nhóm [**muốn gặp ai**].

koh¹ gie² hahy⁴ ohngm¹ trũuhng⁴ nhahm² mwohn² găp⁶ ie¹

The young woman asked the group leader whom he wanted to see.

On the other hand, no conjunctions are used when the noun clause is either an indirect yes-no question or an indirect command.

(6) a. Ông trưởng nhóm hỏi chúng tôi [**có muốn ghé vườn trái cây này không**].
ohngm¹ trŭuhng⁴ nhahm² hahy⁴ choong² tohy¹ kah² mwohn² ge² vŭuhn⁵ trie² kay¹ năy⁵ khohngm¹
The group leader asked us if we wanted to stop by this orchard.

b. Ông trưởng nhóm bảo chúng tôi [**đừng đi xa nhóm của mình quá**].
ohngm¹ trŭuhng⁴ nhahm² bahw⁴ choongm² tohy¹ dŭng⁵ dee¹ sa¹ nhahm² koouh⁴ meenh⁵ kwa²
The group leader told us not to wander too far away from our group.

11.5 Adverbial clauses

The last type of subordinate clauses is that of the adverbial clauses, which modify the verb of the main clause in a complex sentence. There are nine types of adverbial clauses, indicating (a) time, (b) place, (c) manner, (d) reason, (e) purpose, (f) condition, (g) concession, (h) comparison, and (i) result. Each of these types is introduced by a corresponding conjunction. An adverbial clause can go after or before the main clause, depending on how an idea is expressed.

(7) a. [**Ngay khi đến Bến Tre**], mọi người đều muốn đến thăm lăng mộ cụ thi sĩ Nguyễn Đình Chiểu.
ngăy¹ khee¹ dehn² behn² tre¹ mahy⁶ ngŭuhy⁵ dehw⁵ mwohn² dehn² thăm¹ lăng¹ moh⁶ koo⁶ thee¹ shee³ ngwyehn³ deenh⁵ chyehw⁴
No sooner had everyone arrived in Ben Tre than they all wanted to go visit the great poet Nguyen Dinh Chieu's tomb.

b. [**Đi bất cứ nơi đâu ở Trà Vinh**], chúng tôi cũng nghe người dân nhắc đến Chùa Hang.
dee¹ but² kŭ² nuhy¹ dohw¹ uh⁴ tra⁵ veenh¹ choongm¹ tohy¹ koongm⁴ nge¹ ngŭuhy⁵ yun¹ nhăk² dehn² choouh⁵ hang¹
We often hear the locals mention Hang Temple anywhere we go in Tra Vinh.

c. Không dễ gì làm món cá lóc nướng trui [**như người miền Tây chỉ bảo**].
khohngm¹ yeh³ yee⁵ lam⁵ mahn² ka² lahkp² nŭuhng² trooy¹ nhŭ¹ ngŭuhy⁵ myehn⁵ tay¹ chee⁴ bahw⁴
It's not easy at all to grill whole snakehead fish as instructed by the southwesterners.

d. Các bạn nên đến thăm Khu Bảo Tồn Thiên Nhiên Lung Ngọc Hoàng ở Hậu Giang [**vì nơi đây có rất nhiều loài chim lạ**].

kak² ban⁶ nehn¹ dehn¹ thăm¹ khoo¹ bahw⁴ tohn⁵ thyehn¹ nhyehn¹ loongm¹ ngahkp⁶ hwang⁵ uh⁴ hohw⁶ yang¹ vee⁵ nuhy¹ day¹ kah² rut² nhyehw⁵ lwie⁵ cheem¹ la⁶

You guys should check out Lung Ngoc Hoang Natural Reserve in Hau Giang because this place has so many kinds of rare birds.

e. [**Để chuẩn bị cho chuyến đi chơi ở Núi Cấm, tỉnh An Giang**], mọi người đã có đầy đủ hành trang gọn gàng và cần thiết.

deh⁴ chwun⁴ bee⁶ chah chwyehn² dee¹ chuhy¹ uh⁴ nooy² kum² teenh⁴ an¹ yang¹ mahy⁶ ngũuhy⁵ da³ kah² day⁵ doo⁴ hănh⁵ trang¹ gahn⁶ gang⁵ va⁵ kun⁵ thyeht²

In order to get ready for a trip to Cam Mountain in An Giang, everyone got their necessary personal effects all neatly packed.

f. [**Nếu anh thích tìm hiểu về chim chóc**] thì anh phải đến Vườn Cò Tân Long ở Sóc Trăng.

nehw² ănh¹ theech² teem⁵ hyehw⁴ veh⁵ cheem¹ chahkp² thee⁵ ănh¹ fie⁴ dehn² vũuhn⁵ kah² tun¹ lahngm¹ uh⁴ shahkp² trăng¹

If you like to learn about birds, then you have to come out to Tan Long Stork Garden in Soc Trang.

g. Chúng tôi nhất định đến chiêm bái Đình Thần Nguyễn Trung Trực ở Kiên Giang [**mặc dù sáng nay trời mưa lớn**].

choongm² tohy¹ nhut² deenh⁶ dehn² chyehm¹ bahy² deenh⁵ thun⁵ ngwyehn³ troongm¹ trŭk⁶ măk⁶ yoo⁵ shang² năy¹ truhy⁵ mũuh¹ luhn²

We decided to come and pay our respect at the Nguyen Trung Truc Temple in Kien Giang although it was raining hard this morning.

h. Người Miên xây tháp cổ Vĩnh Hưng ở Bạc Liêu công phu [**không kém gì người Chàm dựng những ngôi tháp của họ ở ven biển miền Trung**].

ngũuhy⁵ myehn¹ say¹ thap² koh⁵ veenh³ hũng¹ kohngm¹ foo¹ khohngm¹ kem² yee⁵ ngũuhy⁵ cham⁵ yũng⁶ nhũng³ ngohy¹ thap² koouh⁴ hah⁶ uh⁴ ven¹ byehn⁴ myehn⁵ troongm¹

The Khmer constructed the Vinh Hung Ancient Tower no less elaborately than the Cham people built their own towers along the Central coast.

i. Rừng ngập mặn ở Cà Mau rộng [**đến nỗi ghe chúng tôi đi cả ngày mà chẳng đến đâu cả**].

rừng⁵ ngup⁶ man⁶ uh⁴ ka⁵ măw¹ rohngm⁶ dehn² nohy³ ge¹ choongm² tohy¹ dee¹ ka⁴ ngăy⁵ ma⁵ chăng⁴ dehn² dohw¹ ka⁴

The mangrove forests in Ca Mau were so vast that our boat was sailing all day long without reaching anywhere.

PRACTICE EXERCISES

A. Joining independent clauses to form compound sentences

Match each independent clause in Column A with another one in Column B to form correct and logical compound sentences using one of the following coordinate conjunctions: **còn** "and," **nhưng** "but," **mà** "yet," **hay** "or," and **mà cũng không** "nor."

COLUMN A	COLUMN B
Cần Thơ ở giữa đất liền. *Can Tho is landlocked.*	... đáp máy bay từ phi trường Long Xuyên. *... take a plane from Long Xuyen Airport.*
Hậu Giang chỉ có được một đoạn ngắn của sông Cửu Long. *Hau Giang has only a short section of the Mekong River.*	... chảy qua tỉnh Bạc Liêu. *(it) runs through Bac Lieu Province.*
Tỉnh An Giang giáp với Cam Bốt về phía tây. *An Giang Province borders Cambodia in the west.*	... vẫn có một nền kinh tế khá phát triển. *(it) still has a rather developed economy.*
Sông Cửu Long không chảy qua tỉnh Kiên Giang. *The Mekong River does not run through Kien Giang Province.*	... lại có một đoạn rất dài của sông Cửu Long chảy qua. *... does have a very long section of the Mekong River running through it.*
Từ An Giang các bạn có thể đi đường bộ qua Phnom Penh. *You can travel by car from An Giang to Phnom Penh.*	Tỉnh Trà Vinh giáp Biển Đông. *Tra Vinh Province borders the East Sea.*

1. _____

2. _____

3. _____

4. _____

5. _____

B. Noun clauses

Match the following noun clauses with their correct main clauses that follow:

- hãy gọi món lẩu mắm miền Tây – *to order a southwestern pickled fish hotpot.*
- ai dám ăn thử món đuông dừa – *who dared try to eat the palm weevil larva dish.*
- rằng món hủ tiếu Sa Đéc ở tiệm này là ngon nhất trong vùng – *that the Sa Dec clear noodle soup was the best in the area.*
- đã ăn món bò Bảy Núi An Giang bao giờ chưa – *whether (she) had ever eaten the Seven-Mountain beef dish.*
- mùi thơm của món ốc nướng tiêu xanh bốc lên – *the aroma from the snails grilled with green peppercorn was rising.*
- được thưởng thức món cơm cháy kho quẹt lần đầu tiên – *to get to enjoy burned rice dipped in stew sauce for the first time.*

1. Anh Bình hỏi cô Hoa (*Binh asked Miss Hoa*) _____

_____

2. _____

khiến ai nấy đều ứa nước miếng (*made everyone's mouth water*).

3. Chủ quán hỏi chúng tôi (*The restaurant owner asked us*) _____

_____

4. Ai cũng thấy thích thú (*Everyone was delighted*) _____

_____

5. Các bạn tôi bảo tôi (*My friends told me*) ____ _____

_____

6. Ai lại không biết (*Who wouldn't know*) _____

_____

C. Adverbial clauses

Fill in the blanks before each adverbial clause in the following sentences with a correct conjunction from the list below. Use each conjunction only once.

> **khi** *"when"*   **đâu** *"where(ever)"*   **như** *"as"*   **vì** *"because"*   **trừ phi** *"unless"*
> **nên** *"so"*   **tuy** *"although"*   **để** *"so that"*   **bằng** *"as much as"*

1. Nông dân miền Tây thu hoạch lúa một mùa _____ nông dân miền Trung làm lụng vất vả để có được trong một năm.

   Southwestern farmers harvest in one crop _____ rice _____ their Central counterparts work hard for in a year.

2. _____ đến Trà Vinh, chúng tôi thấy nhiều ngôi chùa Miên rải rác khắp thành phố.

   _____ arriving in Tra Vinh, we saw several Khmer temples scattered around the city.

3. Ở miền Tây, đi đến _____ các bạn cũng có thể thấy một ngôi chợ nổi.

   In the Southwest, _____ you go, you can see a floating market.

4. Nhiều người dân miền Tây nói được tiếng Miên _____ sống chung với người Miên trong cộng đồng.

   Many southwesterners can speak Khmer _____ they mingle with the Khmer people in their communities.

5. Dân miền Tây theo nhiều tôn giáo như Phật giáo, Cao Đài, Hoà Hảo, Công giáo và Hồi giáo _____ văn hoá ở đây rất đa dạng.

   Southwesterners practice several religions such as Buddhism, Caodaism, Hoa Hao Buddhism, Catholicism and Muslim, _____ the culture here is very diverse.

6. _____ bạn là người không thích trái cây, miền Tây là thiên đàng trên hạ giới cho những người mê sầu riêng, xoài, mít, măng cụt và còn nhiều nữa.

   _____ you are no fruit lover, the Southwest is a paradise for those who are sweet on durians, mangoes, jackfruits, mangosteens, and many more.

7. Người buôn bán miền Tây luôn dành cho bạn những món hời _____ họ rất xởi lởi trong cuộc sống hằng ngày.

   Southwestern vendors always give you bargains _____ they are very generous in their daily lives.

8. Bạn nên đến thăm miền Tây một lần _____ nhìn thấy thiên nhiên ưu đãi vùng đất này như thế nào.

   You should visit the Southwestern once _____ you can see how much Mother Nature favors this land.

9. _____ không cao bằng các ngọn núi khác trong nước, dãy Thất Sơn ở miền Tây được xem như là một kỳ quan của vùng này.

   _____ not as high as the other mountains in the country, the Seven Mountain range is considered a wonder in this region.

FOLK VERSES – CA DAO

**Ra đồng gặp vịt thì lùa,
Gặp cướp thì đánh, gặp chùa thì tu.**

Duck herding is a common scene in the southwestern countryside.

LITERAL MEANING

If you happen to see a flock of ducks out in the fields, herd them; if you bump into some robbers, fight them; and if you find a temple, become a monk there.

FIGURATIVE MEANING

Be flexible and proactive with any situation that happens upon you.

CULTURAL ASPECT

People in the southwestern part of Vietnam are known to be easy-going, relaxed but also zealous, always ready to adapt themselves to new situations.

TOPICAL VOCABULARY – TỪ VỰNG THEO CHỦ ĐỀ

NOUNS – DANH TỪ

bến (tàu)   wharf
biên giới   border
biệt danh   nickname
chợ nổi   floating market
chùa   temple
cộng đồng   community
cù lao   isle
đồng bằng   delta
hành trang   luggage
hoa sen   lotus flower
khu bảo tồn thiên nhiên   natural reserve
kỳ quan   wonder
lăng mộ   tomb
miền Tây   the Southwest
mùa lúa   rice crop
nền kinh tế   economy
nước dừa   coconut milk
phía bắc   north
phía đông   east
phía nam   south
phía tây   west
quốc hoa   national flower
rạch   canal
rừng ngập mặn   mangrove forest
sông Cửu Long   Mekong River
tháp   tower
thị xã   town
thiên đàng trên hạ giới   paradise on Earth
vườn   garden
vườn trái cây   orchard

ADJECTIVES – TÍNH TỪ

cần thiết   necessary
cổ   ancient
công phu   elaborate
đa dạng   diverse
giữa đất liền   landlocked
gọn gàng   tidy, organized
hãnh diện   proud
ngoằn ngoèo   winding
nổi tiếng   famous
phát triển   developed
rải rác   scattered
thích thú   delighted
trù phú   prosperous
xởi lởi   generous

VERBS – ĐỘNG TỪ

chảy qua   to run through (*river*)
chiêm bái   to pay one's respect
dám   to dare
đáp máy bay   to fly, to take a plane
đi đường bộ   to travel by car
được xem như   to be considered
ghé   to stop by
giáp   to border
mang tên   to be named
nhắc đến   to mention
thu hoạch   to harvest
thưởng thức   to enjoy
tìm hiểu   to learn about
trồng   to plant
ưu đãi   to favor

CHAPTER 12

Idiomatic Constructions
Các Mẫu Câu Thông Dụng

The Vietnamese Way Of Life – *Nếp Sống Của Người Việt*

On Lunar New Year's, children wish their parents and grandparents good health and longevity, who in turn give them red envelopes to celebrate their new age.

Learners of Vietnamese can monitor their progress through their proven ability of using words appropriately and forming correct sentences, with the help of the practice exercises throughout this book. In order that the learners can speak and write even more native-like, this final chapter provides several idiomatic constructions, presented in rich, authentic cultural contexts.

12.1 Construction with KHÔNG NHỮNG... MÀ LẠI CÒN...

The pair **không những... mà lại còn...** is known as a *correlative conjunction*, which is used to connect two elements to express parallelism in an emphatic way.

(1) Nhiều gia đình Việt Nam **không những** có ba thế hệ chung sống **mà lại còn** có thêm thế hệ thứ tư, gọi là "tứ đại đồng đường".

nhyehw⁵ ya¹ deenh⁵ vyeht⁶ nam¹ khohngm¹ nhữngng³ kah² ba¹ theh² heh⁶ choongm¹ shohngm² ma⁵ lie⁶ kahn⁵ kah² thehm¹ theh² heh⁶ thứ² tữ¹, gahy⁶ la⁵ tữ² die⁶ dohngm⁵ dữuhng⁵

Many Vietnamese families not only have three generations living together but also have a fourth one, a situation known as "four generations in the same household."

The first part of the pair, **không những**, can also appear at the beginning of a sentence:

(2) **Không những** chúng tôi thích bún riêu của người Bắc **mà lại còn** mê bún bò của người Huế nữa.

khohngm¹ những³ choongm² tohy¹ theech² boon² ryehw¹ koouh⁴ ngữuhy⁴ băk² ma⁵ lie⁶ kahn⁵ meh¹ boon² bah⁵ koouh⁴ ngữuhy⁵ hweh² nữuh³

Not only do we like the northerners' crab paste rice vermicelli, but we also love the Hue people's beef vermicelli.

12.2 Constructions with CÀNG... CÀNG...

The pair **càng... càng...** is used before two elements in what's known as *comparative correlative* constructions, where these elements are described as varying together.

(3) a. Một buổi họp mặt đại gia đình có **càng** đông người thì **càng** vui.

moht⁶ bwohy⁴ hahp⁶ măt⁶ die⁶ ya¹ deenh⁵ kang⁵ dohngm¹ ngữuhy⁵ thee⁵ kang⁵ vooy¹

The more people come to a clan gathering, the merrier.

b. Câu tục ngữ "Xa mỏi chân, gần mỏi miệng" nhắc nhở chúng ta rằng **càng** sống gần nhau **càng** dễ có chuyện xích mích.

kohw¹ tookp⁶ ngữ³ sa¹ mahy⁴ chun¹ gun⁵ mahy⁴ myehng⁶ nhăk² nhuh⁴ răng⁵ kang⁵ shohngm² gun⁵ nhăw¹ kang⁵ yeh⁴ kah² chwyehn⁶ seech² meech²

The saying "If you live far, your feet get tired; if you live near, your mouth gets tired" is a reminder that the more you live near each other the easier there can be discord.

The phrase **càng lúc càng...** describes that something is becoming greater in amount, extent or degree at a given moment:

(4) Bầu không khí của bữa tiệc cuối năm **càng lúc càng** trở nên náo nhiệt.
bohw⁵ khohngm¹ khee² koouh⁴ bŭuh³ tyehk⁵ kooy² năm¹ kang⁵ lookp⁵ kang⁵ truh⁴ nehn¹ nahw² nhyeht⁶
The atmosphere at the year-end's party became more and more uproarious.

The sentence above can also be expressed with the phrase split by the subject:

(5) **Càng lúc** bầu không khí của bữa tiệc cuối năm **càng** trở nên náo nhiệt.

To describe the same effect within a broader period of time, **càng ngày càng...** is used instead. Like the other idiom, this phrase can also appear in two positions:

(6) a. Giới trẻ Việt Nam **càng ngày càng** sống theo kiểu phương Tây.
yuhy² tre⁴ vyeht⁶ nam¹ kang⁵ ngăy⁵ kang⁵ shohngm² thew¹ kyehw⁴ fŭuhng¹ tay¹
Vietnamese youths' lifestyle is getting more and more like in the Western world.

b. **Càng ngày** giới trẻ Việt Nam **càng** sống theo kiểu phương Tây.

12.3 Constructions with INDEFINITE EXPRESSIONS + CŨNG...

Indefinite expressions such as **ai** "everyone; anyone," **(cái) gì** "everything; anything," ... **nào** "every...; any...," **lúc nào** "always; anytime," **(ở) đâu** "everywhere; anywhere," **thế nào** "however; anyhow," **bao nhiêu** "no matter how much/many; as much/many as," **bao lâu** "no matter how long; as long as," and **bao xa** "no matter how far; as far as" are followed (immediately or otherwise) by the adverb **cũng** "also" in sentences with emphatic effects.

(7) a. Ở Việt Nam hầu như **ai cũng** có một chiếc xe gắn máy.
uh⁴ vyeht⁶ nam¹ hohw⁵ nhũ¹ ie¹ koongm³ kah² moht⁶ chyehk² se¹ găn² măy²
In Vietnam almost everyone owns a motorcycle.

b. **Người nào** trong gia đình tôi **cũng** mong có một đứa con trai.
ngŭuhy⁵ nahw⁵ trahngm¹ ya¹ deenh⁵ tohy¹ koongm³ mahngm¹ kah² moht⁶ dŭuh² kahn¹ trie¹
Everyone in our family longs to have a son.

c. Đích tôn của ông ta đòi **gì cũng** được.
   deech² tohn¹ koouh⁴ ohngm¹ ta¹ dahy⁵ yee⁵ koohngm³ dǔuhk⁶
   Whatever his firstborn paternal grandson asks for, he always gets it.

d. Vì có nhiều người sống chung trong nhà, **lúc nào** các cụ già **cũng** có người chăm sóc.
   vee⁵ kah² nhyehw⁵ ngǔuhy⁵ shohngm² choongm¹ trahngm¹ nha⁵ lookp²
   nahw⁵ kak² koo⁶ ya⁵ koongm³ kah² ngǔuhy⁵ chăm¹ shahkp²
   Since there are many family members living together under one roof, elderly people always have someone to take care of them.

e. Ở thành thị, đi **đâu** du khách **cũng** thấy những người già bán hàng rong.
   uh⁴ thănh² thee⁶ dee¹ dohw¹ yoo¹ khăch² koongm³ thay² nhũng³ ngǔuhy⁵
   ya⁵ ban² hang⁵ rahngm¹
   In the cities, tourists see elderly street vendors anywhere they go.

f. Tết này có bận **thế nào** đi nữa tôi **cũng** cố gắng về thăm gia đình.
   teht² năy⁵ kah² bun⁶ theh⁵ nahw⁵ dee¹ nǔuh³ tohy¹ koongm³ koh² găng²
   veh⁵ thăm¹ ya¹ deenh⁵
   No matter how busy I might be this coming New Year, I will try to be with my family.

g. Cha mẹ thì đáp đền **bao nhiêu cũng** không bao giờ đủ.
   cha¹ me⁶ thee⁵ dap² dehn⁵ bahw¹ nhyehw¹ koongm³ khohngm¹ bahw¹ yuh⁵
   doo⁴
   No matter how much you pay back to your parents, it will never be enough.

h. Đợi **bao lâu** để có cháu cha mẹ tôi **cũng** không ngại.
   duhy⁶ bahw¹ lohw¹ deh⁴ kah² chăw² cha¹ me⁶ tohy¹ koongm³ khohngm¹ ngie⁶
   My parents wouldn't mind how long they had to wait to have grand-children.

i. Ông bà ngoại có ở cách đây **bao xa** thỉnh thoảng con **cũng** nên dành thì giờ ghé thăm.
   ohngm¹ ba⁵ ngwie⁶ kah² uh⁴ kăch² day¹ bahw¹ sa¹ theenh⁴ thwang⁴ kahn¹
   koongm³ nehn¹ yănh² thee⁵ yuh⁵ ge² thăm¹
   No matter how far away your grandparents live, you should take time to stop by to pay them a visit once in a while.

12.4 Constructions with THÀ… CÒN HƠN and NÊN… THÌ HƠN

These two constructions are equivalent to the expressions "would rather" and "had better," respectively. The expression **thà**… **còn hơn** can flexibly have the subject of the sentence before or after the adverb **thà** "rather," while the expression **nên… thì hơn** always has the subject before the verb **nên** "should."

(8) a. Tôi **thà** chịu cực khổ **còn hơn** mang tiếng là một người con bất hiếu.
tohy¹ thà⁵ cheew⁶ kŭk⁶ khoh⁴ kan⁵ huhn¹ mang¹ tyehng² la⁵ moht⁶ ngŭuhy⁵ kah¹ but² hyehw²
I would rather endure hardship than being called an undutiful son.

b. *Or:* **Thà** tôi chịu cực khổ **còn hơn** mang tiếng là một người con bất hiếu.

c. Trong hoàn cảnh đó, tôi **thà** chịu thua **còn hơn**.
trahngm¹ hwan⁵ kănh⁴ dah² tohy¹ thà⁵ cheew⁶ thoouhh¹ kahn⁵ huhn¹
Under that circumstance, I would rather give up.

d. Cha mẹ già rồi, chị **nên** kiếm một công việc nào gần nhà **thì hơn**.
cha¹ me⁶ ya⁵ rohy⁵ chee⁶ nehn¹ kyehm² moht⁶ kohngm¹ vyehk⁶ nahw⁵ gun⁵ nha⁵ thee⁵ huhn¹
Mom and dad are getting old, you had better find a job close to home.

e. Mẹ anh lớn tuổi nhưng còn khoẻ mạnh; anh **nên** để bà sống ở nhà với một người chăm sóc **thì hơn**.
me⁶ ănh¹ luhn² twohy⁴ nhŭng¹ kahn⁵ khwe⁴ mănh⁶ ănh¹ nehn¹ deh⁴ ba⁵ shohngm² uh⁴ nha⁵ vuhy² moht⁶ ngŭuhy⁵ chăm¹ shahkp² thee⁵ huhn¹
Your mom is old but she's still healthy; you had better let her live at home with a caretaker.

12.5 Constructions with CẢ… LẪN… and VỪA… VỪA…

These two correlative conjunction pairs mean "both… and…." However, while the construction **cả… lẫn…** only goes with nouns and pronouns, the construction **vừa… vừa…** also works with verbs, adjectives and adverbs.

(9) a. Theo truyền thống lâu đời, **cả** phụ huynh **lẫn** học sinh đều rất kính trọng người thầy.
thew¹ trwyehn⁵ thohngm² lohw¹ duhy⁵ ka⁴ foo⁶ hweenh¹ lun⁴ hakp⁶ sheenh¹ dehw⁵ rut² keenh² trahngm⁶ ngŭuhy⁵ thay⁵
As a long-standing tradition, both parents and pupils respect the teacher very much.

b. **Cả** cô ấy **lẫn** tôi đều đánh giá cao về giáo dục gia đình.
ka⁴ koh¹ ay² lun³ tohy¹ dehw⁵ dănh² ya² kahw¹ veh⁵ yahw² yookp⁶ ya¹ deenh⁵
Both she and I highly value family upbringing.

c. Anh ấy **vừa** có bằng cao học **vừa** có bằng tiến sĩ về triết học Đông phương.
   *ănh¹ ay² kah² vŭuh⁵ kah² băng⁵ kahw¹ hahkp⁶ vŭuh⁵ kah² băng⁵ tyehn²
   shee³ veh⁵ tryeht² hakp⁶ dohngm¹ fŭuhng¹*
   He holds both a master's and a doctorate in Eastern philosophy.

d. Làm sao giáo sư Quốc có thể tiếp **vừa** họ **vừa** chúng ta trong một tiếng
   đồng hồ?
   *lam⁵ shahw¹ yahw² shŭ¹ kwohk² kahk² theh⁴ tyehp² vŭuh⁵ hah⁶ vŭuh⁵
   choongm² ta¹ trahngm¹ moht⁶ tyehng² dohngm⁵ hoh⁵*
   How could Professor Quốc receive both them and us within one hour?

e. Là người thuộc giới trẻ, anh có nghĩ là nghề giáo **vừa** khiêm tốn, **vừa**
   thanh bạch không?
   *la⁵ ngŭuhy⁵ thwohk⁶ yuhy² tre⁴ ănh¹ kah² ngee³ la⁵ ngeh⁵ yahw² vŭuh⁵
   khyehm¹ tohn² vŭuh⁵ thănh¹ băch⁶ khohngm¹*
   As a young person, do you think the teaching profession is both mod-
   est and honest?

f. Lối sống tây phương đang xâm nhập xã hội Việt Nam **vừa** nhanh chóng
   vừa sâu đậm.
   *lohy² shohngm² tay¹ fŭuhng¹ dang¹ sum¹ nhup⁶ sa³ hohy⁶ vyeht⁶ nam¹ vŭuh⁵
   nhănh¹ chahngm² vŭuh⁵ shohw¹ dum⁶*
   The Western lifestyle is permeating through Vietnamese society both
   rapidly and profoundly.

12.6 Constructions with HOẶC LÀ… HOẶC LÀ… and KHÔNG… MÀ CŨNG KHÔNG…

The correlative conjunction pairs **hoặc là… hoặc là…** and **không… mà cũng
không…** mean "either… or…" and "neither… nor…," respectively.

(10) a. Ngày nay, cô dâu mới được chọn lựa **hoặc là** ở nhà chồng, **hoặc là** ở riêng.
     *ngăy⁵ năy¹ koh¹ yohw¹ muhy² dŭuhk⁶ chahn⁶ lŭuh⁶ hwăk⁶ la⁵ uh⁴ nha⁵
     chohngm⁵ hwăk⁶ la⁵ uh⁴ ryehng¹*
     Nowadays a new bride gets to choose to live either with her husband's
     family or separately.

   b. Phụ nữ mới kết hôn cũng có thể **hoặc là** lấy họ chồng, **hoặc là** giữ họ
     của mình.
     *foo⁶ nŭ³ muhy² keht² hohn¹ koongm³ kah² theh⁴ hwăk⁶ la⁵ lay² hah⁶
     chohngm⁵ hwăk⁶ la⁵ yŭ³ hah⁵ koouh⁴ meenh⁵*
     Newly married women can also either adopt their husband's last
     name or keep their own.

c. Nhiều thiếu nữ **không** thích lấy chồng **mà cũng không** thích có con.
nhyehw⁵ thyehw² nữ⁵ khohgnm¹ theech² lay² chohngm⁵ ma⁵ koongm³ khohngm¹ theech² kah² kahn¹
Many a young woman likes neither marriage nor children.

d. Đàn ông thì **không** chịu chuyện gởi rể **mà cũng không** thường về thăm nhà vợ.
dan⁵ ohngm¹ thee⁵ khohngm¹ cheew⁶ chwyehn⁶ guhy⁴ reh⁴ ma⁵ koongm³ khohngm¹ thŭuhng⁵ veh⁵ thăm¹ nha⁵ vuh⁶
Men neither accept living with their wife's family, nor do they come to visit often.

12.7 Constructions with emphasized elements

When Vietnamese speakers want to emphasize a certain element in a sentence, they don't stress it phonetically, but instead use various constructions for the purpose. Grammatical elements in a sentence such as subject, direct object, indirect object or adverbial can be emphasized when appearing at the initial position, followed by the particle **thì** and the rest of the sentence. The following examples will show "normal sentences" contrasted with the ones containing one of their grammatical elements being emphasized.

(11) a. **Việc thờ cúng tổ tiên** lúc nào cũng là thiêng liêng.

b. **Việc thờ cúng tổ tiên thì** lúc nào cũng là thiêng liêng. (*Subject emphasized*)
vyehk⁶ thuh⁵ koohngm² toh⁴ tyehn¹ thee⁵ lookp² nahw⁵ koongm³ la⁵ thyehng¹ lyehng¹
Ancestor worshipping is always a sacred thing.

c. Gia đình người Việt thường quý trọng **người con trai cả**.

d. **Người con trai cả thì** gia đình người Việt thường quý trọng. (*Direct object emphasized*)
ngŭuhy⁵ kahn¹ trie¹ ka⁴ thee⁵ ya¹ deenh⁵ ngŭuhy⁵ vyeht⁶ thŭuhng⁵ kwee² trahngm⁶
The eldest son is usually doted upon in the Vietnamese family.

e. Người mẹ thường tặng của hồi môn cho **con gái đi lấy chồng**.

f. **Con gái đi lấy chồng thì** người mẹ thường tặng của hồi môn. (*Indirect object emphasized*)
kahn¹ gie² dee¹ lay² chohngm⁵ thee⁵ ngŭuhy⁵ me⁶ thŭuhng⁵ tăng⁶ koouh⁴ hohy⁵ mohn¹
A marrying daughter is usually given a dowry by her mother.

g. Chuyện trai gái sống chung khi chưa cưới đang trở nên phổ biến **ở Việt Nam**.

h. **Ở Việt Nam thì** chuyện trai gái sống chung khi chưa cưới đang trở nên phổ biến. (*Adverbial emphasized*)
uh⁴ vyeht⁶ nam¹ thee⁵ chwyehn⁶ trie¹ gie² shohngm² choongm¹ khee¹ chŭuh¹ kŭuhy² dang¹ truh⁴ nehn¹ foh⁴ byehn²
In Vietnam, it is becoming common that unmarried couples live together.

Another emphatic construction contains the adjective **chính** "very" and the element chosen to be emphasized, followed by the verb **là** and the rest of the sentence. Depending on different sentence structures, the adjective **chính** can precede or follow the emphasized element. Certain sentence structures also require a generic noun corresponding to the emphasized element. The relative word **mà** is sometimes needed in those sentences.

Examine the following examples, also with "normal" constructions and emphatic constructions contrasted:

(12) a. **Thờ ông bà** là "đạo" đối với phần lớn người Việt.

b. **Thờ ông bà chính là** "đạo" đối với phần lớn người Việt. (*Subject emphasized*)
thuh⁵ ohngm¹ ba⁵ cheenh² la⁵ dahw⁶ dohy² vuh² fun⁵ luhn² ngŭuhy⁵ vyeht⁶
It is the worship of ancestors that is a "religion" for most Vietnamese.

c. Người Việt biết đến **đạo Phật** trước nhất trong lịch sử cận đại.

d. **Chính đạo Phật là** tôn giáo **mà** người Việt biết đến trước nhất trong lịch sử cận đại. (*Direct object emphasized*)
cheenh² dahw⁶ fut⁶ la⁵ tohn¹ yahw² ma⁵ ngŭuhy⁵ vyeht⁶ byeht² dehn² trŭuhk² nhut² trahngm¹ leech⁶ shŭ⁴ kun⁶ die⁶
It was Buddhism that the Vietnamese came to know first in pre-modern history.

e. Cha ông chúng ta đã truyền lại cho **những thế hệ đời sau** một kho tàng ca dao và tục ngữ quý báu.

f. **Chính những thế hệ đời sau là** những người mà cha ông chúng ta đã truyền lại một kho tàng ca dao và tục ngữ đầy triết lý nhân sinh. (*Indirect object emphasized*)

cheenh² nhŭng³ theh² heh⁶ duhy⁵ shăw¹ la⁵ nhŭng³ ngŭuhy⁵ ma⁵ cha¹ ohngm¹ choong² ta¹ da³ trwyehn⁵ lie⁶ moht⁶ khah¹ tang⁵ ka¹ yahw¹ tookp⁶ ngŭ³ day⁵ tryeht² lee² nhun² sheenh¹

It is the next generations to whom our forefathers have handed down a treasure of folk verses and proverbs full of life philosophies.

g. Các vì vua triều Nguyễn đã để lại những di tích của một thời đại lịch sử huy hoàng **ở cố đô Huế**.

h. **Chính cố đô Huế là** nơi (mà) các vì vua triều Nguyễn đã để lại những di tích của một thời đại lịch sử huy hoàng. (*Adverbial emphasized*)

cheenh² koh² doh¹ hweh² la⁵ nuhy¹ ma⁵ kak² vee⁵ voouh¹ tryehw⁵ ngw-yehn³ da³ deh⁴ lie⁶ nhŭng³ yee¹ teech² koouh⁴ moht⁶ thuhy⁵ die⁶ leech⁶ shŭ⁴ hwee¹ hwang⁵

It is the former capital Hue where the Nguyen dynasty emperors have left behind several vestiges of a glorious epoch in history

Hue City is graced with royal palaces and tombs, several of which are recognized as World Heritage Sites by UNESCO.

PRACTICE EXERCISES

A. Constructions with INDEFINITE EXPRESSIONS + CŨNG

Rewrite the following sentences using the given indefinite expressions given in parentheses to replace the bold-faced elements.

MODEL

a. Gia đình chúng tôi đi tảo mộ ông bà **hằng năm** vào dịp Tết. (*năm nào*)
   Our family visits and cleans up our ancestors' graves every year on Tet occasion.
b. **Năm nào** gia đình chúng tôi **cũng** đi tảo mộ ông bà vào dịp Tết.

1. a. Du khách thấy những ngôi chùa cổ kính **khắp nơi** trong vùng này. (*ở đâu*)
    Tourists see ancient temples everywhere in this region.

    b. _____

2. a. Nhiều người lớn tuổi biến **mọi việc** thành dị đoan. (*cái gì*)
    Many an elderly person turns everything into superstition.

    b. _____

3. a. Ngày Tết **mọi người** gác lại những buồn lo trong năm cũ để đón mừng năm mới. (*ai*)
    On New Year's everyone puts aside their worries during the old year to celebrate the new one.

    b. _____

4. a. Người Việt coi trọng gia đình người chồng hơn gia đình người vợ **trong mọi trường hợp** qua cách dùng chữ "bên nội" và "bên ngoại". (*bao giờ*)
    The Vietnamese hold higher regard for the husband's family than for the wife's family with the use of the terms "internal side" versus "external side."

    b. _____

5. a. Tôi sẽ gởi thiệp chúc Tết cha mẹ tôi **dù rất bận rộn**. (*thế nào*)
    I will send my parents a New Year greeting card although I am very busy.

    b. _____

6. a. Thương con cái thì các bậc cha mẹ sẵn sàng hy sinh **với bất cứ giá nào**. (*bao nhiêu*)
    Loving their children, parents are ready to sacrifice themselves at all costs.

    b. _____

7. a. Con cái đã trưởng thành vẫn sống với cha mẹ **trong một thời gian dài** được. (*bao lâu*)
    Grown children can still live with their parents for a long time.

    b. _____

8. a. Tôi không ngại con đường đi đến thành công **dù có xa xôi cách mấy**. (*bao xa*)
    I don't mind the road to success no matter how far away it might be.

    b. _____

B. Correlative conjunctions

Combine the (a) sentences into one in the (b) sentences, using the correlative conjunctions in parentheses. Some words or phrases in the original sentences should be omitted in the combined sentences.

MODEL

a. Phụ nữ Việt Nam đi làm. Họ quán xuyến việc nhà. (*vừa... vừa...*)
    Vietnamese women go to work. They handle household chores.

b. Phụ nữ Việt Nam **vừa** đi làm **vừa** quán xuyến việc nhà.
    Vietnamese women both go to work and handle household chores.

1. a. Nhiều cặp vợ chồng trẻ lo cho con cái. Họ lo cho cha mẹ già. (*không những... mà lại còn...*)
    Many young couples take care of their children. They take care of their aging parents.

    b. _____

2. a. Bà Loan coi con rể như con của mình. Bà coi con dâu như con của mình. (**cả...**
lẫn...)
Mrs. Loan treats her son-in-law as her own. She treats her daughter-in-law
as her own.

b. _____

3. a. Cách xưng hô của người Việt lịch sự. Cách xưng hô của người Việt lễ phép.
(**vừa... vừa...**)
Vietnamese people's ways of mutual addressing are polite. They are respectful.

b. _____

4. a. Người Việt dùng dương lịch tuỳ theo nhiều sinh hoạt khác nhau hằng ngày.
Họ dùng âm lịch tuỳ theo nhiều sinh hoạt khác nhau hằng ngày. (**hoặc là...**
hoặc là)
Vietnamese people use the solar calendar for several different daily activities.
They use the lunar calendar for several different daily activities.

b. _____

5. a. Vì tin dị đoan, nhiều người không thích màu đen. Họ không thích màu trắng.
(**không... mà cũng không**)
Because of superstition, many people do not like black. They do not like white.

b. _____

C. Sentence building

Give the Vietnamese equivalents to the sentences below, applying the expressions
càng... càng..., **càng lúc càng...**, **càng ngày càng...**, **thà... còn hơn** and **nên... thì hơn**,
according to the contexts. Use a dictionary if necessary.

1. Since you are the younger, you'd better yield to your big brother in this case.

_____

2. Foreign movies overwhelm Vietnamese ones more and more at the box offices.

   _____

3. The more Facebook contents are censored, the more users want to express their concerns about the society.

   _____

4. If becoming wealthy goes hand in hand with lacking freedom, I would rather be poor.

   _____

5. The atmosphere of the college students' debate on human rights was getting more and more heated.

   _____

PROVERB – TỤC NGỮ
Bán anh em xa, mua láng giềng gần.

The term "neighbor" means its best in the countryside,
where houses are separated simply by hedges.

LITERAL MEANING
Sell your faraway siblings to buy some nearby neighbors.

FIGURATIVE MEANING
Your loved ones are not necessarily your brothers or sisters who live far away from you. They can be your friends or neighbors who live close to you, share your ups and downs in life and are there for you when in need.

CULTURAL ASPECT
Albeit family-oriented, Vietnamese people are also practical and realistic. They understand that those non-relatives by your side, in good times and bad, really matter to them.

TOPICAL VOCABULARY – TỪ VỰNG THEO CHỦ ĐỀ

NOUNS – DANH TỪ

âm lịch   lunar calendar
bầu không khí   atmosphere
bữa tiệc   party
buổi họp mặt   gathering
cách xưng hô   way of addressing
con trai cả   eldest son
cụ già   elderly person
của hồi môn   dowry
đại gia đình   clan
đạo   religion
đạo Phật   Buddhism
dị đoan   superstition
di tích   vestige
đích tôn   firstborn paternal grand-son
Đông phương   the East
dương lịch   solar calendar
giáo dục gia đình   family upbring-ing
giới trẻ   the youth
hoàn cảnh   circumstance
kho tàng   treasure
lối sống   lifestyle
nếp sống   way of life
nghề giáo   teaching profession
người chăm sóc   caretaker
phụ huynh   parents (*of pupils*)
sinh hoạt   activity
Tây phương   the West
thành công   success
thế hệ   generation
thời đại   epoch
triết lý nhân sinh   life philosophy
triết lý/triết học   philosophy

ADJECTIVES – TÍNH TỪ

bất hiếu   undutiful, unfilial
cận đại   pre-modern
cổ kính   ancient
huy hoàng   glorious
khiêm tốn   modest
lâu đời   long-standing
náo nhiệt   uproarious
nhanh chóng   rapid
phổ biến   common
sâu đậm   profound
thanh bạch   honest
thiêng liêng   sacred

VERBS – ĐỘNG TỪ

chịu thua   to give up
chọn lựa   to choose
chung sống   to live together
đánh giá cao   to value highly
đáp đền   to pay back
gởi rể   to live with one's wife family
hy sinh   to sacrifice
kết hôn   to get married
kính trọng   to respect
nhắc nhở   to remind
quán xuyến   to handle
quý trọng   to dote upon
tảo mộ   to clean up a grave
thờ ông bà   to worship ancestors
trở nên   to become
truyền lại   to hand down
xâm nhập   to permeate

Appendices

Answer Key to Practice Exercises

CHAPTER 1

A. Vowel vs. glide letters

For each written unit in the sentences below, underline ONLY the letters that represent *glides,* leaving the letters that represent *full vowels* intact:

1. Việt Nam giáp với Trung Quốc ở phía bắc, với Lào ở phía tây và với Cam Bốt ở phía tây nam.
   Vietnam is bordered by China to the north, by Laos to the west, and by Cambodia to the southwest.

2. Các quần đảo Hoàng Sa và Trường Sa của Việt Nam nằm ở Biển Đông, thuộc Thái Bình Dương.
   Vietnam's Paracel Islands and Spratly Islands are located in the East Sea, Pacific Ocean.

3. Hà Nội ở miền Bắc; Huế ở miền Trung và Sài Gòn ở miền Nam.
   Hanoi is in the North; Hue is in the Central and Saigon is in the South.

4. Sông Cửu Long ở miền tây nam bao gồm các nhánh sông cuối cùng của sông Mekong.
   The Nine Dragon River in the Southwest consists of the final tributaries of the Mekong River.

5. Trường Sơn là dãy núi dài nhất ở Việt Nam, nơi toạ lạc vùng cao nguyên trung phần.
   Truong Son is Vietnam's longest mountain range, where the Central Highlands are located.

B. Consonant letters

For each written unit in the sentences below, underline the *digraphs* or *trigraphs* that represent *one consonant sound.*

1. Nghệ Tĩnh là một vùng ở miền bắc Trung phần bao gồm hai tỉnh là Nghệ An và Hà Tĩnh.
   Nghe Tinh is a northern central region that consists of two provinces, Nghe An and Ha Tinh.

2. Đảo **Phú** Quốc, một **kh**u du l**ịch** nổi tiế**ng** ở vù**ng** cực nam, **th**uộc về tỉ**nh** Kiên **Gi**a**ng**.
   Phu Quoc Island, a well-known resort in the southernmost region, belongs to Kien Giang province.

3. Việt Nam có bờ biển **ch**ạy dài từ V**ịnh** Bắc **ph**ần đến tận mũi Cà Mau.
   Vietnam has a coast that runs from the Gulf of Tonkin all the way to the Ca Mau Cape.

4. Nô**ng ngh**i**ệp ph**át **tr**iển ở miền Bắc và miền Nam, **tr**ong **kh**i miền **Tr**ung lại mạ**nh** về ngư **ngh**i**ệp.**
   Agriculture flourishes in the North and the South, whereas fishery is the Central's forte.

5. Biển Hồ ở Pleiku **tr**ên cao **ng**uyên **Tr**u**ng ph**ần là một miệ**ng** núi lửa đã tắt từ hà**ng tr**iệu năm **tr**ước.
   The City of Pleiku's Sea Lake in the Central Highlands is the crater of a volcano extinct millions of years ago.

C. Diacritics

From the following sentences, put the words in the correct categories provided below as (a) having no diacritics, (b) having a vowel diacritic, (c) having a tone diacritic and (d) having both types of diacritics. Each word should be listed only once.

1. Việt Nam nằm trong vùng Đông Nam Á, có diện tích khoảng 330.000 cây số vuông.
   Vietnam is located in Southeast Asia and has an approximate area of 330,000 square kilometers.

2. Khí hậu nhiệt đới ở Việt Nam khác nhau tuỳ theo vùng.
   The tropical climate of Vietnam varies according to regions.

3. Miền Nam có hai mùa trong năm: mùa mưa và mùa khô.
   The South has two seasons in a year: the rainy season and the dry season.

4. Sông Hồng ở miền Bắc, sông Hương ở miền Trung và sông Cửu Long ở miền Nam.
   The Red River is in the North, the Perfume River is in the Central and the Nine Dragon (Mekong) River is in the South.

5. Vùng cao nguyên miền Bắc thỉnh thoảng có tuyết rơi.
   It sometimes snows in the northern highlands.

No diacritic	*With vowel diacritic*	*With tone diacritic*	*With both diacritics*
trong; Nam; nhau; theo; hai; Trung; Long; cao.	Đông; cây; vuông; năm; mưa; khô; sông; Hương; nguyên; rơi.	vùng; Á; có; tích; khoảng; khí; khác; tuỳ; mùa; và; thỉnh thoảng.	Việt; nằm; diện; số; hậu; nhiệt đới; ở; miền; Hồng; Bắc; Cửu; tuyết.

CHAPTER 2

A. Vowel sounds

In the following sentences, underline the letters in the words where they represent *full vowel sounds*, not glides (semi-vowels).

1. Hà Nội, trước đây có tên là Thăng Long, có lịch sử hơn một ngàn năm.
   Hanoi, formerly known as Thang Long, has a history of more than one thousand years.

2. Vĩ tuyến 17 là nơi chia cắt Việt Nam ra thành hai miền trong chiến tranh Việt Nam.
   The 17th Parallel was where Vietnam was divided into two regions during the Vietnam War.

3. Có tổng cộng bốn thời kỳ Bắc thuộc ở Việt Nam kéo dài đến đầu thế kỷ 15.
   Vietnam was under Chinese rule during four periods, which lasted until the beginning of the 15th century.

4. Nước Đại Việt, tên cũ của Việt Nam, đã ba lần đánh bại quân Nguyên Mông trong thế kỷ 13.
   The nation of Dai Viet, one of Vietnam's former names, had defeated the Mongolian invaders three times during the 13th century.

5. Việt Nam đã sáp nhập Vương quốc Champa vào lãnh thổ của mình ở miền Trung vào đầu thế kỷ 19.
   Vietnam annexed the Kingdom of Champa to its territory in the Central in the beginning of the 19th century.

B. Glide sounds

In the following sentences, underline the words in which the letters **a, i, o, u, ư** and **y** represent *glide sounds*, not full vowels.

1. Các vị vua Hùng đã xây dựng nước Việt Nam mà chúng ta có ngày nay.
   The Hung Kings had built what we have as Vietnam nowadays.

2. Từ 1954 đến 1975, hoà bình chưa bao giờ thực sự hiện diện giữa hai miền Nam Bắc.
   From 1954 to 1975, peace never really existed between the North and the South.

3. Người Pháp đã đô hộ ba nước Đông Dương là Cam Bốt, Lào và Việt Nam trong gần một thế kỷ.
   The French had dominated the three Indochinese countries, namely Cambodia, Laos and Vietnam, for nearly a century.

4. Hoa Kỳ, Liên Xô và Trung Quốc là ba nước lớn có dính líu đến chiến tranh Việt Nam.
   The United States, the Soviet Union and China were the three powers involved in the Vietnam War.

5. Hiệp Định Genève năm 1954 đã chia cắt Việt Nam thành hai miền Nam Bắc.
    The 1954 Geneva Agreements had divided Vietnam into the North and the South.

C. From tones to diacritics.

For each of the words, which might or might not bear tone diacritics, in the following sentences, base yourself on the accompanying guiding pronunciations to add the corresponding tone diacritics where necessary. *Read the sentences out loud when finished with the task, paying close attention to the tones.*

1. Hai Bà Trưng là anh thư của dân tộc Việt Nam, đã chống lại nhà Đông Hán trong các thời kỳ Bắc thuộc đầu tiên.
    hie¹ ba⁵ trừng¹ la⁵ ănh¹ thư¹ koouh⁴ vyeht⁶ nam¹ da³ chohngm² lie⁶ nha⁵ dohngm¹ han² trahngm¹ kak² thuhy⁵ kee⁵ băk² thwohk⁶ dohw⁵ tyehn¹
    The Trung Sisters, heroines of the Vietnamese people, had resisted the Eastern Han dynasty during the first periods of Chinese domination.

2. Trận thuỷ chiến ở Bạch Đằng là chiến thắng vẻ vang đối với nhà Nam Hán do Ngô Quyền chỉ huy, chấm dứt một ngàn năm bị giặc Tàu đô hộ.
    trun⁶ thwee³ chyehn² uh⁴ băch⁶ dăng⁵ la⁵ chyehn² thăng² ve⁴ vang¹ dohy² vuhy² nha⁵ nam¹ han² chum² yưt² moht⁶ ngan⁵ năm¹ bee⁶ yăk⁶ tăw⁵ doh¹ hoh⁶
    The naval battle at Bach Dang was a glorious victory over the Southern Han Dynasty, led by Ngo Quyen, ending one thousand years of Chinese rule.

3. Trong thời gian chiến tranh, miền Bắc Việt Nam theo chế độ cộng sản, còn miền Nam theo chế độ cộng hoà.
    trahngm¹ thuhy⁵ yan¹ chyehn² trănh¹ myehn⁵ băk² vyeht⁶ nam¹ thew¹ cheh² doh⁶ kohngm⁶ shan⁴ kahn⁵ myehn⁵ nam¹ thew¹ cheh² doh⁶ kohngm⁶ hwa⁵
    During wartime, North Vietnam was under communism and South Vietnam was a republic country.

4. Sài Gòn là thủ đô của nước Việt Nam Cộng Hoà từ năm 1954 đến năm 1975.
    shie⁵ gahn⁵ la⁵ thoo⁴ doh¹ koouh⁴ nŭuhk² vyeht⁶ nam¹ kohngm⁶ hwa⁵ tư⁵ năm¹ 1954 dehn² năm¹ 1975
    Saigon was the capital of the Republic of Vietnam from 1954 to 1975.

5. Huế được mệnh danh là cố đô vì đây là nơi có triều đình của các vua chúa thời phong kiến từ thế kỷ 17 đến giữa thế kỷ 20.
    hweh² dŭuhk⁶ mehnh⁶ yănh¹ la⁵ koh² doh¹ vee⁵ day¹ la⁵ nuhy¹ kah² tryehw⁵ deenh⁵ koouh⁴ kak² voouh¹ choouh² thuhy⁵ fahngm¹ kyehn² tư⁵ theh² kee⁴ 17 dehn² yŭuh¹ theh² kee⁴ 20
    Hue is known as the old capital because it was the place for royal courts from the 17th century until the mid-20th century.

CHAPTER 3

A. Classifiers

Fill in the blanks with the correct classifiers that introduce the nouns provided.

1. **cái** nĩa ("fork")

2. **con** tôm ("shrimp")

3. **cái** chảo ("frying pan")

4. **cây** nướng thịt ("skewer")

5. **cuốn** sách dạy nấu ăn ("cookbook")

6. **cuốn** chả giò ("eggroll")

7. **người** phụ bếp ("assistant cook")

8. **trái** chanh ("lemon")

9. **chiếc** xe bán thức ăn ("food truck")

10. **đôi** đũa ("chopstick")

B. Vocabulary

Fill in the blanks in the following sentences, using the words provided in the list below (their English equivalents are available in the Topical Vocabulary section). Use each word only once.

> nhà bếp   rượu đế   món tráng miệng   rau cải   gọi   món xào   cà-phê sữa
> đá   hấp   canh chua   bữa sáng

1. Vào **bữa sáng**, người Việt thường ăn xôi, khoai, bánh mì hay cơm chiên.
   *For [**breakfast**], Vietnamese people usually have sticky rice, roots, bread or fried rice.*

2. Chè là một **món tráng miệng** độc đáo mà cô nên nếm thử.
   *Sweet soup is a unique [**dessert**] that you should savor.*

3. Ở nhà hàng này, chúng ta phải **gọi** bánh xèo và nem nướng.
   *At this restaurant, we have to [**order**] fried pancakes and grilled pork rolls.*

4. Ông thích ăn xúp măng cua hay **canh chua** cá bông lau?
   *Would you like crab and asparagus soup or catfish [**sour soup**]?*

5. Chị định kho, chiên hay **hấp** con cá thu này?
   *Are you going to stew, fry or [**steam**] this mackerel?*

6. Đối với tôi, **nhà bếp** là nơi quan trọng nhất trong nhà vì tôi rất thích nấu nướng.
   *For me, the [**kitchen**] is the most important place in the house because I love cooking.*

7. Một bữa ăn điển hình của người Việt gồm có một **món xào**, một món mặn và một món canh, ngoài nồi cơm không thể nào thiếu.
   *A typical Vietnamese meal consists of a [**stir-fried dish**], a stew and a soup, besides the indispensable pot of rice.*

8. Người miền quê ăn nhiều **rau cải** hơn người thành thị.
   *Rural people consume more [**vegetables**] than urban people.*

9. Anh đã bao giờ uống **cà-phê sữa đá** ở quán này chưa?
   *Have you ever tried [**iced coffee with milk**] at this shop?*

10. **Rượu đế** của người Việt thường được so sánh với Vodka của người Nga.
    *Vietnamese [**rice alcohol**] is often compared with Russian vodka.*

C. Matching clauses

Match each of the clauses in Column A with a clause in Column B and write up a complete sentence in the blanks provided. The clauses in Column B are not in any particular order.

1. Thực khách nào cũng nghĩ rằng thực đơn của nhà hàng này rất đậm chất Việt Nam.
   All the diners thought that the menu of this restaurant is authentically Vietnamese.

2. Khi nấu nước dùng phở em đừng quên bỏ hồi vào nhé.
   When preparing the noodle soup broth, don't forget to put in some anise.

3. Tôi sẽ ăn thử món chả cá Thăng Long nếu có dịp đến Hà Nội.
   I will try Thang Long grilled fish if I have a chance to visit Hanoi.

4. Người Bắc gọi món rau trộn là nộm, còn người Nam gọi là "gỏi".
   The Northerners call salad "nộm," and the Southerners call it "gỏi."

5. Cô ấy sẽ gọi bò bảy món mà tôi đã giới thiệu rất nồng hậu.
   She will order the seven courses of beef that I have strongly recommended.

6. Bánh mì thịt là một món ăn độc đáo vì nó là một sự kết hợp đầy sáng tạo giữa ẩm thực Việt và Pháp.
   Vietnamese-style sandwiches are a unique type of food because they are a creative combination of Vietnamese and French cuisines.

7. Món ăn Việt Nam không nhiều mỡ như món ăn Tàu mà cũng không quá cay như món ăn Thái.
   Vietnamese foods are not as fatty as Chinese foods nor are they as spicy as Thai foods.

CHAPTER 4

A. Types of questions

Identify the following questions, marking them as (a) Yes-No, (b) Specific, (c) Choice, (d) Tag, or (e) Rhetorical:

1. (c) Cô thường đọc truyện ngắn hay truyện dài?

2. **(b)** Tại sao tôi không biết gì về vở kịch này chứ?

3. **(a)** Các cô có thích văn chương ngoại quốc không?

4. **(b)** Bà thường mua sách của tác giả nào nhất?

5. **(a)** Đó có phải là rạp hát thành phố không?

6. **(c)** Nữ tài tử ấy sẽ đến đây một mình hay với ai khác?

7. **(d)** Anh đã xem xong loạt phim này rồi à?

8. **(d)** Hãng phim không trả lời điện thoại cho ông sao?

9. **(e)** Thế nào nhà văn đó lại chẳng mời cô đến dự buổi ra mắt sách?

10. **(b)** Ở đâu có triển lãm tranh thường xuyên nhất?

B. Forming questions

Use the information provided in each number to form a question of the type suggested in parentheses.

1. Cuốn phim trinh thám đó/được quay/ở đâu (*Specific question*)
   Cuốn phim trinh thám đó được quay ở đâu?
   Where was this thriller filmed?

2. Các diễn viên truyền hình này/là/người ngoại quốc (*Tag question*)
   Các diễn viên truyền hình này là người ngoại quốc à?
   These television actors are foreigners, aren't they?

3. Nhà quay phim/nói được/tiếng Nhật/tiếng Hàn (*Choice question*)
   Nhà quay phim nói được tiếng Nhật hay tiếng Hàn?
   Can the cameraman speak Japanese or Korean?

4. Người Việt nào/không thích/truyện Kiều (*Rhetorical question*)
   Người Việt nào mà không thích truyện Kiều?
   Which Vietnamese person wouldn't like the Kieu tale?

5. Hôm nay/các chuyên viên hoá trang/rảnh/bận (*Choice question*)
   Hôm nay các chuyên viên hoá trang rảnh hay bận?
   Are the makeup artists free or busy today?

6. Ai/có thể giúp/chúng tôi/dịch bài báo này (*Specific question*)
   Ai có thể giúp chúng tôi dịch bài báo này?
   Who can help us translate this article?

7. Những nhạc phẩm này/là/do công ty chúng tôi/thu âm (*Yes-No question*)
   Những nhạc phẩm này có phải là do các anh thu âm không?
   Were these songs recorded by you?

8. Cô kịch sĩ nổi tiếng đó/là/chị của anh Hùng (*Yes-No question*)
   Cô kịch sĩ nổi tiếng đó có phải là chị của anh Hùng không?
   Is that well-known stage actor Hung's sister?

9. Loại thơ phổ biến này/gọi là/thơ lục bát (*Tag question*)
   Loại thơ phổ biến này gọi là thơ lục bát, phải không?
   This popular type of poetry is called the six-eight foot poetry, isn't it?

10. Làm sao/tôi/không hiểu/bài thơ này muốn nói gì (*Rhetorical question*)
    Làm sao tôi lại không hiểu bài thơ này muốn nói gì chứ?
    How would I not understand what this poem means?

C. Fill-in-the-blanks

Complete the questions below with the appropriate word or phrase from the list. Use each word or phrase only once.

| thì | hồi nào | có | phải không | à | hay | tiệm nào | ai |
| tại sao | không | mà | lại | | | | |

1. Các nhạc công của ông có phải là người Việt **không**?
   Are your musicians Vietnamese?

2. **Tiệm nào** có bán các loại đĩa than nhạc cổ truyền?
   Which stores sell the traditional LP records?

3. Tối nay chúng ta sẽ xem truyền hình **à**?
   Are we going to watch TV tonight?

4. Phim tình cảm nào anh ấy **lại** không xem?
   Which romance movie would he have not seen?

5. Kịch tác gia người Pháp đó đến đây **hồi nào**?
   When did that French playwright arrive?

6. Anh sẽ dịch truyện này qua bản tiếng Anh **hay** bản tiếng Đức?
   Will you translate this story from the English version or the German version?

7. Các em **thì** giúp tôi được chuyện gì?
   What could you guys possibly help me with?

8. Những tập thơ mới này là của **ai**?
   Whose are these new poem collections?

9. Giờ này có mục nhạc yêu cầu trên đài phát thanh, **phải không**?
   The songs by request program is on the radio at this hour, isn't it?

10. **Tại sao** các cô ấy không đến buổi thử vai đó?
    Why did they not come to that role audition?

11. Ông **có** cần tôi chuẩn bị gì trong phòng thu âm không?
    Do you need me to prepare anything in the recording studio?

12. Diễn viên đóng vai nhân vật đó **mà** mười lăm tuổi rồi à?
    The actress playing that character is fifteen years old, isn't she?

D. Indirect questions

Give the Vietnamese equivalents to the following sentences. Use a dictionary if necessary:

1. The translator asked me when the deadline for the story would be.
   Dịch giả hỏi tôi hạn chót cho truyện ngắn đó là khi nào.

2. The composer questioned if his masterpiece had been altered.
   Nhạc sĩ không biết tuyệt phẩm của mình có bị thay đổi gì không.

3. I always wonder why pottery products in this village are so refined.
   Tôi vẫn thắc mắc tại sao đồ gốm trong làng này lại tinh xảo như thế.

4. They really want to know whose novel this movie was adapted from.
   Họ rất muốn biết cuốn phim này dựa vào tiểu thuyết của ai.

5. Don't ask us whether their photo exhibition was a success or not.
   Đừng hỏi chúng tôi cuộc triển lãm nhiếp ảnh của họ có thành công hay không.

CHAPTER 5

A. Nouns used in the plural sense

Determine whether to fill in the blanks with **những**, **các** or **Ø** (nothing) before the nouns in the sentences below:

1. **Các** cậu của tôi chưa ai có vợ cả.
   None of my uncles is married.

2. **Những** anh em họ này là bên ngoại của cô ấy.
   These cousins are from her mother's side.

3. Cô đã gặp **các** cháu nội của tôi chưa?
   Have you met my paternal grandchildren?

4. **Các** anh chị em của anh có ở gần đây không?
   Do your siblings live nearby?

5. **Ø** ông bà của chúng tôi đều đã khuất cả rồi.
   All our grandparents have passed away.

6. Chú thím của tôi lấy nhau đã lâu nhưng vẫn chưa có **Ø** con.
   My paternal uncle and his wife have been married for a while but still have no children.

7. **Những** gia đình đông con thường thấy ở nông thôn.
   Large families are usually found in the countryside.

8. **Những** cặp vợ chồng trẻ thích mua nhà trong khu này.
   Young married couples like to buy a house in this neighborhood.

9. **Ø** mẹ chồng và nàng dâu nên ở riêng để giữ được thuận hoà.
   Mothers-in-law and daughters-in-law should live separately to stay in harmony.

10. **Các** anh rể của cô ấy đều là người Nam.
    All her brothers-in-law are Southerners.

B. Nouns and quantifiers

Complete the following sentences with a correct quantifier from the list. Use each word only once.

> **hầu hết**   **mọi**   **ít**   **nào**   **vài**   **thêm**   **đủ**   **nhiều**

1. Tôi sẽ không được nghỉ ngày **nào** cho Tết tây lẫn Tết ta năm nay.
   I will get no days off for both the upcoming Solar New Year's and Lunar New Year's.

2. Bà Mai sẽ nấu **vài** món chay để cúng rằm tối nay.
   Mrs. Mai will make a few vegetarian dishes for tonight's full-moon ritual offerings.

3. **Hầu hết** bạn bè của tôi đều thích có con trai đầu lòng.
   Most of my friends like to have their first-born to be a boy.

4. Trong xóm này có **nhiều** gia đình không đưa ông Táo ngày 23 tháng Chạp.
   Many families in this neighborhood do not see the kitchen gods off to heaven on the twenty-third of the lunar twelfth month.

5. Rất **ít** đàn bà Việt lấy họ của chồng sau khi cưới.
   Very few Vietnamese women take their husband's last name after getting married.

6. Nhà trai đã sẵn sàng **đủ** mâm quả để bắt đầu làm lễ rước dâu.
   The groom's team was ready with enough offering boxes to start the process of bringing the bride to the groom's house.

7. Hùng cần **thêm** giấy bóng kính màu và tre để làm lồng đèn Trung thu.
Hung needs more color cellophane sheets and bamboo sticks to make Mid-Autumn lanterns.

8. Ở Việt Nam, Giáng Sinh cũng là một dịp để **mọi** người chưng diện và tụ họp vui chơi với nhau.
In Vietnam, Christmas is also an occasion for everyone to dress up and get together for fun activities.

C. Indefinite and interrogative pronouns

Give the Vietnamese equivalents to the following sentences using the pronouns given in the list below. Refer to the vocabulary list or use a dictionary if necessary:

tất cả	những ai	không gì	ai	cả hai	không ai	ai khác	những gì

1. At this museum, **anyone** can proudly tell you about the dragon-and-fairy origin of the Vietnamese people.
Ở viện bảo tàng này, ai cũng có thể tự hào kể cho bạn nghe về nguồn gốc rồng tiên của người Việt.

2. **What** (*plural*) did you learn about the legend of the Husband-Watching Stone (*Hòn Vọng Phu*)?
Bạn đã học hỏi được những gì về sự tích Hòn Vọng Phu?

3. I understood **everything** after she explained a few New Year's customs.
Tôi đã hiểu tất cả sau khi cô ấy giải thích một số phong tục ngày Tết.

4. Do you celebrate your solar birthday, your lunar birthday or **both**?
Cô mừng sinh nhật dương lịch, sinh nhật âm lịch hay cả hai?

5. **Nothing** can compare with maternal love.
Không gì có thể so sánh với tình mẫu tử.

6. At the temples on New Year's Day, **no one** would leave without a branch of leaves for good luck (*cành lộc*) in their hand.
Ngày đầu năm ở chùa, không ai chịu ra về mà trong tay không có một cành lộc.

7. **Who** (*plural*) will wear traditional dresses (*áo dài*) during the ceremony?
Những ai sẽ mặc áo dài trong buổi lễ?

8. **Someone else** has already made sticky rice (*xôi*) and desserts (*chè*) for the party.
Có ai khác đã nấu xôi và chè cho buổi tiệc rồi.

D. Personal pronouns

Fill in the blanks in the following dialogue with the correct personal pronouns provided in the list below. Some pronouns can be used more than once.

| tôi | cô | chú | cháu | chúng tôi | chúng cháu | họ | các chị ấy | mọi người |

*The dialogue is between a television show host (**người dẫn chương trình – NDCT**) in his late fifties and a guest (**khách mời - KM**) in her mid-twenties.*

NDCT Chào cô Thuý. **Chúng tôi** rất hân hạnh được đón tiếp **cô** trong chương trình Cội Nguồn Việt Nam hôm nay.
Hello Miss Thuý. We are very pleased to welcome you to our Vietnamese Origin Program today.

KM Dạ, xin chào **chú**. **Cháu** cũng rất vui được đến với chương trình truyền hình nổi tiếng này.
Hello, sir. I am also very glad to be on this popular television show.

NDCT Lần đầu tiên đến Sài Gòn, **cô** có cảm tưởng gì về người dân ở đây?
Coming to Saigon for the first time, what impression did you have about the people here?

KM Nói chung, **cháu** thấy **họ** thật năng động và cần cù.
In general, I found that they were so energetic and hard-working.

NDCT Còn những bạn trẻ đồng trang lứa với **cô** thì sao?
What about the young ones your age?

KM **Cháu** rất ngạc nhiên vì **họ** không khác gì mấy so với **chúng cháu** ở Hoa Kỳ trong những sinh hoạt hằng ngày.
I was really surprised because they were not very different from us in the U.S. in everyday activities.

NDCT **Cô** nghĩ sao về các cô gái Sài Gòn?
How did you find the young Saigonese ladies?

KM **Các chị ấy** có vẻ cởi mở, hiếu học và hiểu biết.
They seem to be outgoing, studious and savvy.

NDCT Cho **tôi** hỏi **cô** thêm một câu nữa nhé. Gia đình của **cô** ở đây đối xử với **cô** ra sao?
Let me ask you one question, OK? How has your family here been treating you?

KM Dạ, **mọi người** đều đón mừng **cháu** cũng như giúp đỡ **cháu** mỗi khi **cháu** gặp khó khăn trong việc giao tiếp hằng ngày.
Everyone welcomed me and has been helping me every time I get in trouble with everyday communication.

NDCT Cám ơn **cô** nhiều đã đến với chương trình của **chúng tôi.**
Thank you very much for coming to our show.

KM Dạ, cám ơn **chú** và chương trình Cội Nguồn Việt Nam!
Thanks to you and the Vietnamese Origin Program!

CHAPTER 6

A. TO BE-equivalent verbs

Complete each of the following sentences with a correct *verb* (**là, thì, ở, bị, được**) in the short blank AND a *noun* in the long blank (from the list given below):

quần lưng thun   áo dài   khăn choàng   nón lá   khăn đóng

1. **Áo dài là** quốc phục của người Việt.
   The traditional dress is the national garment of the Vietnamese people.

2. **Khăn đóng thì** thích hợp các buổi lễ truyền thống.
   The turban is suitable for traditional ceremonies.

3. Cái **quần lưng thun** để mặc với áo dài **bị** rách nhiều chỗ.
   The elastic waist pants to be worn with the traditional dress are torn in many places.

4. Cái **nón lá** mới mua của tôi **ở** đâu rồi?
   Where is my newly bought conical hat?

5. Cái **khăn chàng** này không **được** sang mấy.
   This scarf is not that classy.

B. Verbal aspects

Complete each sentence with a correct *aspect marker* (**đã, đang, sắp, sẽ**) in the short blank AND a *verb* in the long blank (from the list given below):

may   bóp   sửa   móc   dệt   thêu   vá   đan

1. Chị **đã đan** cái áo len cho em bé chưa?
   Have you knitted a sweater for the baby?

2. Mẹ tôi **sắp thêu** nhiều mẫu rất lạ mắt.
   My mom is going to embroider many new patterns.

3. Tôi **sẽ** không có thì giờ để **may** bộ quần áo ngủ cho anh.
   I will not have time to sew the nightclothes for you.

4. Ai **dang vá** đôi vớ của em vậy?
    Who's mending your socks?

5. Cô ấy **sắp móc** khăn choàng cho mùa đông.
    She is going to crochet some scarfs for the winter.

6. Xưởng chúng tôi **đang dệt** một loại vải mới.
    Our factory is weaving a new kind of fabric.

7. Khi nào bà **sẽ sửa** bộ vét này cho tôi?
    When will you alter this suit for me?

8. Tôi **đã bóp** ống quần cho anh rồi đó.
    I have already taken in your pants' cuffs.

C. Modal verbs

Write sentences in Vietnamese with modal verbs (**cần, phải, nên, có thể**) according to the suggestions in English. Refer to the Topical Vocabulary or a dictionary for help with some words.

1. I **cannot** take these tight pants off.
    Tôi không thể cởi cái quần chật này ra được.

2. You **should** borrow a conical hat for this occasion.
    Chị nên mượn một cái nón lá cho dịp này.

3. We **must** wear elastic waist pants together with a traditional dress.
    Chúng ta phải mua quần lưng thun với một cái áo dài.

4. Does she **need** to hem this skirt?
    Cô ấy có cần lên lai cái váy này không?

5. Can you **stitch** the sleeves to the body of the shirt?
    Cô có thể ráp tay áo và thân áo không?

D. Imperative sentences

Write imperative sentences in Vietnamese, based on the suggestions in English and the imperative nuances in parentheses. Refer to the Topical Vocabulary or a dictionary for help with some words.

1. Wear uniforms during the flag salutation ceremony. (*To students – Formal*)
    (Các em) hãy mặc đồng phục trong buổi lễ chào cờ.

2. Don't take off your shoes. (*To some friends – Friendly urge*)
    (Các bạn) đừng cởi giày ra nhé.

3. Go ahead and put on your socks. (*To kids – Mild urge*)
    (Các con) mang vớ vào đi.

4. Iron these shirts for me please. (*To your younger sister – Asking for help*)
   (Em) ủi giùm anh mấy cái áo sơ-mi này.

5. Please take a look at these new ties. (*To a male customer – Invitation*)
   Mời ông xem những cái cà-vạt mới này.

6. Please wear formal attires for the reception. (*To guests – Polite request*)
   Xin (quý vị) mặc y phục trang trọng cho buổi tiếp tân.

7. Just try on any dress you like. (*To customers – Encouragement*)
   Các chị cứ mặc thử bất cứ cái áo đầm nào mình thích.

8. Sell your used clothing here. (*To the general public – Bare form*)
   Bán áo quần cũ ở đây.

E. Passive sentences

Change the following active sentences into passive ones, using the auxiliary verbs suggested in parentheses.

1. Chị tôi may cái áo đầm màu hồng này. (**là do**)
   My older sister made this pink dress.
   Cái áo đầm màu hồng này là do chị tôi may.

2. Cô ấy sẽ thêu cái áo dài đó bằng chỉ màu. (**được**)
   She will embroider that traditional dress with color threads.
   Cái áo dài đó sẽ được chị tôi thêu bằng chỉ màu.

3. Mẹ bắt em Bi mặc áo len. (**bị**)
   Mom made little Bi wear a sweater.
   Em Bi bị mẹ bắt mặc áo len.

4. Em tôi nghĩ ra kiểu áo khoác đó. (**là do**)
   My younger sister came up with the design of that jacket.
   Kiểu áo khoác đó là do em tôi nghĩ ra.

5. Bà Vân dạy tôi may áo bà ba. (**được**)
   Mrs. Vân taught me how to make traditional southern tops.
   Tôi được bà Vân dạy may áo bà ba.

CHAPTER 7

A. Fill-in-the-blanks exercise

Complete the sentences below with a correct adjective from the given list, based on the context of each sentence. Use each adjective only once.

> dồi dào   hằng ngày   nhiều   phát triển   lớn   truyền thống   quan trọng   rộng rãi   trống   náo nhiệt

1. Nhờ có máy cày và phân bón **dồi dào**, nông nghiệp ở tỉnh này rất **phát triển**.
   Thanks to there being tractors and abundant fertilizers, agriculture in this province is highly developed.

2. Nhà ở thôn quê thường có sân **rộng rãi**, nơi người dân nuôi **nhiều** gia súc để có thêm lợi tức.
   Houses in the countryside usually have spacious yards, where people raise domestic animals to have extra incomes.

3. Nếu sân sau nhà có đất **trống**, người ta đào một cái ao **lớn** để nuôi tôm cá.
   If there is space available in the backyard, people dig out a large pond, where they raise shrimp and fish.

4. Chung quanh đình làng là nơi diễn ra những lễ hội **truyền thống** và các trò chơi **náo nhiệt** của thôn quê.
   The village's communal house area is where traditional festivals and uproarious games take place.

5. Thủ công nghệ đóng một vai trò **quan trọng** trong sinh hoạt **hằng ngày** của người dân vùng này.
   Handicraft plays an important role in everyday activities of the people in this region.

B. Positions of adjectives and other modifiers of nouns

Based on the given sentences in English and the vocabulary in Vietnamese in parentheses, write equivalent sentences in Vietnamese, making sure adjectives and other modifiers are placed in correct order.

1. I want to buy these three gray ducklings. (*này – ba – xám – nhỏ con VỊT*)
   Tôi muốn mua ba con vịt xám nhỏ này.

2. Do you need to borrow those brown bamboo baskets over there? (*kia – mấy – (màu) nâu – bằng tre – cái RỔ*)
   Cô có cần mượn ba cái rổ tre (màu) nâu kia không?

3. Those immense golden rice fields lie sparkling in the morning sun. (*đó – mênh mông – chín vàng – cánh ĐỒNG LÚA // lung linh – ban mai // ánh NẮNG*)
Những cánh đồng lúa chín vàng mênh mông đó nằm lung linh trong ánh nắng ban mai.

4. This familiar tall dike is where I spent my unforgettable serene childhood on summer afternoons. (*này – thân quen – cao – con ĐÊ // của tôi – khó quên – êm đềm – TUỔI THƠ – hè – những – BUỔI CHIỀU*)
Con đê thân quen này là nơi tôi trải qua tuổi thơ êm đềm khó quên của tôi trong những buổi chiều hè.

5. All those cheerful kids are walking through the old village road on their way to school. (*tất cả - đó – vui tươi – em THIẾU NHI // cũ kỹ - làng – con ĐƯỜNG – TRƯỜNG*)
Tất cả các em thiếu nhi vui tươi đó đang đi qua con đường làng cũ kỹ để đến trường.

C. Reduplicative adjectives

Match a reduplicative syllable in the following list with each adjective given below. A reduplicative syllable copies one or more of the following phonetic characteristics of the adjective: tone, initial consonant, initial vowel, or rhyme.

tho	mà	nề	o	léo	áp	nhàng	xắn	sủa	ớt	lao	khoắn	chạp
ho	tăm	nhẹn	nhắn	tràng	manh	bịu	dặn	lắng	sệt	mẽ	sệt	

1. **nhẹ** "light"   →   **nhẹ nhàng** "gentle"

2. **nặng** "heavy"   →   **nặng nề** "heavy, burdensome"

3. **lớn** "big"   →   **lớn lao** "significant"

4. **nhỏ** "small"   →   **nhỏ nhắn** "petite"

5. **ốm** "skinny"   →   **ốm o** "bony"

6. **mạnh** "strong"   →   **mạnh mẽ** "powerful"

7. **yếu** "weak"   →   **yếu ớt** "feeble, sickly"

8. **nhanh** "quick"   →   **nhanh nhẹn** "swift"

9. **chậm** "slow"   →   **chậm chạp** "slow-paced"

10. **xinh** "pretty"   →   **xinh xắn** "cute"

11. **thơm** "aromatic"   →   **thơm tho** "good-smelling"

12. **mặn** "salty"   →   **mặn mà** "beautiful"

13. lạnh "cold"   →   lạnh lẽo "freezing"

14. ấm "warm"   →   ấm áp "cozy"

15. hay "skilled"   →   hay ho "interesting"

16. bận "busy"   →   bận bịu "tied-up"

17. lo "worried"   →   lo lắng "preoccupied"

18. sợ "scared"   →   sợ sệt "fearful"

19. mỏng "thin"   →   mỏng manh "fragile"

20. dày "thick"   →   dày dặn "thick"

21. sáng "bright"   →   sáng sủa "brilliant"

22. tối "dark"   →   tối tăm "obscure"

23. sớm "early"   →   sớm sủa "early"

24. trễ "late"   →   trễ tràng "tardy"

25. khoẻ "healthy"   →   khoẻ khoắn "relaxed"

D. Adjectives in comparative and superlative sentences

Write sentences according to the suggestions in parentheses. Each sentence will be accompanied by one of the following symbols: (+) Superlative; (=) Equality; (–) Inferiority and (☝) Superlative. Use the items for comparison in the given order. Add more words as needed for complete sentences.

MODEL:
(+) Năm nay/vụ Đông Xuân/vụ Hè Thu/được mùa (*this year/the Winter-Spring harvest/the Summer-Autumn harvest/productive*)
Năm nay vụ Đông Xuân được mùa HƠN vụ Hè Thu.

1. (=) Tôi nghĩ rằng/gạo tẻ/gạo nếp/bổ (*I think that/white rice/sticky rice/nutritious*)
   Tôi nghĩ rằng gạo tẻ bổ bằng gạo nếp.

2. (+) Cá đồng/cá sông/ngon/có... không? (*Rice fish/River fish/delicious?*)
   Cá đồng có ngon hơn cá sông không?

3. (☝) Trong ba miền/nông nghiệp miền Trung/yếu kém (*of the three regions/agriculture in the Central/inadequate*)
   Trong ba miền, nông nghiệp miền Trung là yếu kém nhất.

4. (–) Vườn trái cây ở miền Bắc/vườn trái cây ở miền Nam/sum sê (*Orchards in the North/orchards in the South/luxuriant*)
   Vườn trái cây ở miền Bắc kém sum sê hơn vườn trái cây ở miền Nam.

5. (+) Ngư nghiệp miền Trung/ngư nghiệp miền Bắc và miền Nam/phồn thịnh (*Fishery in the Central/fishery in the North and the South/prosperous*)
   Ngư nghiệp miền Trung phồn thịnh hơn ngư nghiệp miền Bắc và miền Nam.

CHAPTER 8

A. Adverbs of degree

Insert the given adverb of degree in parentheses in its correct position in each of the following sentences. Some of the adverbs can be placed in more than one position.

1. Thư Viện Quốc Gia bề thế, phải không anh? (**thật**)
   The National Library is really monumental, isn't it?
   Thư Viện Quốc Gia **thật** bề thế, phải không anh?

2. Các lăng tẩm của vua chúa ở Huế cổ kính. (**rất**)
   The royal tombs in Hue are very ancient.
   Các lăng tẩm của vua chúa ở Huế **rất** cổ kính.

3. Thanh niên thích đến những tiệm cà-phê nước ngoài. (**lắm**)
   The youths like to frequent foreign coffee shops so much.
   Thanh niên thích đến những tiệm cà-phê nước ngoài **lắm**.

4. Phim Mỹ được chiếu ở các rạp thường xuyên. (**khá**)
   American movies are shown at theaters rather frequently.
   Phim Mỹ được chiếu ở các rạp **khá** thường xuyên.

5. Các dịch vụ truyền hình dạo này nhiều. (**quá**)
   Streaming services are too many nowadays.
   Các dịch vụ truyền hình dạo này nhiều **quá**.

B. Adverbs of time

We are in the year 2025. Let''s look at the following calendar, in which, Nam—a 25-year-old man, living in Nha Trang—plans his activities. Assuming "today" is Tuesday, April 15, 2025, write out phrases in Vietnamese indicating what he did and will do, including an adverb of time given in the list below. Use a dictionary for necessary vocabulary.

| hôm qua | tuần tới | ngày mai | tuần trước | cuối tuần | ngày mốt | hôm nay |

MODEL: 15/4/2025: HÔM NAY NAM ĂN TỐI VỚI LAN.

<table>
<tr><td colspan="7" align="center">**2025**</td></tr>
<tr><td colspan="7" align="center">**THÁNG TƯ**</td></tr>
<tr><td>**Thứ Hai**</td><td>**Thứ Ba**</td><td>**Thứ Tư**</td><td>**Thứ Năm**</td><td>**Thứ Sáu**</td><td>**Thứ Bảy**</td><td>**Chủ nhật**</td></tr>
<tr><td></td><td>1</td><td>2</td><td>3</td><td>4</td><td>5</td><td>6</td></tr>
<tr><td>7</td><td>8
Call clients</td><td>9</td><td>10</td><td>11</td><td>12</td><td>13
Go swimming in the sea</td></tr>
<tr><td>14
Meet with office manager</td><td>15
Have dinner with Lan</td><td>16
Write weekly reports</td><td>17
Contact insurance company</td><td>18</td><td>19
Drink coffee with friends</td><td>20</td></tr>
<tr><td>21</td><td>22</td><td>23</td><td>24</td><td>25</td><td>26</td><td>27
Go camping</td></tr>
<tr><td>28</td><td>29</td><td>30</td><td></td><td></td><td></td><td></td></tr>
</table>

1. 8/4/2025: **Tuần trước Nam gọi điện thoại cho khách hàng.**

2. 13/4/2025: **Hôm kia Nam đi tắm biển.**

3. 14/4/2025: **Hôm qua Nam gặp giám đốc văn phòng.**

4. 16/4/2025: **Ngày mai Nam viết tường trình hằng tuần.**

5. 17/4/2025: **Ngày mốt Nam liên lạc với công ty bảo hiểm.**

6. 19/4/2025: **Cuối tuần Nam uống cà-phê với bạn bè.**

7. 27/4/2025: **Tuần tới Nam đi cắm trại.**

C. Interrogative adverbs

Based on the underlined elements in the answers below, make questions with the corresponding interrogative adverbs from the given list. In some questions you"ll need to change the perspective of the subject given in the answers. Some adverbs can be used more than once.

> tại sao   bao lâu   ở đâu   bao xa   bằng cách nào   bao nhiêu   khi nào
> để làm gì   đâu

EXAMPLE:

Câu hỏi: _____?

Câu trả lời: <u>Bên cạnh viện bảo tàng</u> có tiệm bán đồ lưu niệm.

> *Next to the museum there is a souvenir shop.*

☞ **Câu hỏi: Ở đâu** có tiệm bán đồ lưu niệm?

1. *Câu hỏi*: **Tối thứ Sáu các anh thường đi <u>đâu</u>?**
   Câu trả lời: Tối thứ Sáu chúng tôi thường đi **uống cà-phê**.
   We usually go to coffee shops on Friday evenings.

2. *Câu hỏi*: **Khi nào họ sẽ đi xem triển lãm tranh?**
   Câu trả lời: Họ sẽ đi xem triển lãm tranh **vào tuần tới**.
   They will go to an art exhibition next week.

3. *Câu hỏi*: **<u>Tại sao</u> hôm nay anh đi làm bằng xe buýt?**
   Câu trả lời: Hôm nay tôi đi làm bằng xe buýt **vì trời mưa lớn quá**.
   I went to work by bus today because it was raining very hard.

4. *Câu hỏi*: **Dinh Độc Lập ở Sài Gòn được hoàn thành <u>khi nào</u>?**
   Câu trả lời: Dinh Độc Lập ở Sài Gòn được hoàn thành **vào năm 1966**.
   The Independence Palace in Saigon was completed in 1966.

5. *Câu hỏi*: **Đến Hà Nội, du khách ngoại quốc có thể mua sắm thoải mái <u>ở đâu</u>?**
   Câu trả lời: Đến Hà Nội, du khách ngoại có quốc có thể mua sắm thoải mái **ở các trung tâm Vincom Mega Mall**.
   Once in Hanoi, foreign tourists can shop comfortably at different Vincom Mega Mall locations

6. *Câu hỏi*: **Từ trung tâm thành phố Đà Nẵng lái xe đi Cầu Vàng mất <u>bao lâu</u>?**
   Câu trả lời: Từ trung tâm thành phố Đà Nẵng lái xe đi Cầu Vàng mất **khoảng một giờ đồng hồ**.
   It takes about an hour to drive from the center of Da Nang to the Golden Bridge.

7. *Câu hỏi*: **Chiều nay các cô đi chợ nổi Cái Răng <u>để làm gì</u>?**
   Câu trả lời: Chiều nay chúng tôi đi Chợ Nổi Cái Răng ở Cần Thơ **để mua trái cây tươi**.
   We are going to Cai Rang Floating Market in Can Tho this afternoon to buy fresh fruit.

8. *Câu hỏi*: **Ông đặt phòng ở khách sạn Meliá Vinpearl ở Huế <u>bằng cách nào</u>?**
   Câu trả lời: Tôi đặt phòng ở khách sạn Meliá Vinpearl ở Huế **qua mạng**.
   I booked my room at the Hue Meila Vinpearl Hotel via internet.

9. *Câu hỏi*: **Giá thuê tàu câu cá ở Phú Quốc cho 10 người, kể cả bữa ăn, là <u>bao nhiêu</u>?**
   Câu trả lời: Giá thuê tàu câu cá ở Phú Quốc cho 10 người, kể cả bữa ăn, là **2 triệu tám trăm ngàn đồng**.
   The rental rate for a fishing boat tour in Phu Quoc, with a meal included, is two million eight hundred thousand dong.

10. *Câu hỏi*: **Đường đi từ chợ Đà Lạt đến thác Prenn là <u>bao xa</u>?**

Câu trả lời: Đường đi từ Chợ Đà Lạt đến thác Prenn là **<u>gần 12 cây số</u>.**

The distance between Da Lat Market and Prenn waterfall is almost 12 kilometers.

D. Công Trường Hồ Con Rùa – the Turtle Lake Plaza

Complete the following paragraphs with the appropriate adverbs given in the list below. Each adverb should be chosen only once. Use a dictionary for this exercise if necessary.

thường *"often"*	**rôm rả** *"heartily"*	**thuận tiện** *"conveniently"*
mệt nhọc *"arduously"*	**thân mật** *"endearingly"*	**từ lâu** *"long ago"*
đặc biệt *"in particular"*	**rộn rã** *"loudly"*	**ngày nay** *"nowadays"*
hết sức *"extremely"*	**khắp nơi** *"everywhere"*	**ban đêm** *"at night"*
thoải mái *"comfortably"*	**rộn rịp** *"animately"*	**hấp dẫn** *"invitingly"*
tuy vậy *"however"*		

Ngày nay, người ta không còn thấy tượng con rùa ở công trường này nữa. **Tuy vậy**, người dân Sài Gòn vẫn quen gọi công trường một cách **thân mật** là "Hồ Con Rùa". Toạ lạc thật **thuận tiện** giữa Quận 1 và Quận 3, bùng binh giao thông này **từ lâu** đã trở thành một nơi tụ họp của gia đình và bạn bè vào cuối tuần, sau những ngày làm việc **mệt nhọc**. Du khách từ **khắp nơi**, trong nước hay ngoài nước, cũng **thường** đến đây để thăm viếng và chụp ảnh.

Chung quanh hồ có nhiều nơi rộng rãi để ngồi nghỉ ngơi **thoải mái**, chuyện trò **rôm rả**, hay ngắm xe cộ đi lại thật **rộn rịp** từ nhiều hướng khác nhau. **Đặc biệt**, nơi đây có bán nhiều món ăn vặt trông **hết sức** ngon lành, được bày biện một cách **hấp dẫn** trên những chiếc xe đẩy hay trong những cái thúng tre quen thuộc. **Ban đêm**, công trường bừng sáng với ánh điện lung linh đủ màu. Tiếng nói cười, tiếng mời chào vang lên **rộn rã** trong lòng phố tưng bừng.

CHAPTER 9

A. Fill-in-the-blanks

Complete the following sentences with the particles according to the suggestions in parentheses. Use each particle in the list below only once.

được	à	đâu	sao	ạ

1. Phú Quốc nổi tiếng về nghề nuôi ngọc trai **à**? (*Asking for confirmation*)

   Phu Quoc is known for pearl farming, isn't it?

2. Chiều nay đoàn du lịch sẽ **được** đi câu cá trên thuyền. (*Opportunity*)
   The tourist will get to go boat fishing this afternoon.

3. Tranh xà cừ là nghệ phẩm làm từ chất óng ánh trong vỏ sò **sao**? (*Asking with surprise*)
   Nacre paintings are artwork made with a shiny substance from seashells, aren't they?

4. Tôi có biết rằng ngọc trai có nhiều màu khác nhau **đâu**! (*Negative*)
   I had no idea that pearls came in different colors.

5. Cái lược này làm bằng đồi mồi giả, chị **ạ**. (*Friendliness*)
   This comb is made with imitation sea turtle shells; you know?

B. Where do the particles go in the sentences?

Choose the correct particle for each of the following sentences based on the suggestions in parentheses and insert it in the right slot in the sentence. Some particles can have more than possible position.

được   giùm   thưa   há   vậy

---

1. Các bạn có ăn cá sống không? (*Particle indicating ability*)
   Can you guys eat raw fish?
   Các bạn có ăn <u>được</u> cá sống không?

2. Loại dây neo này có bền không? (*Particle indicating inquisitiveness*)
   Is this type of anchor cable sturdy?
   Loại dây neo này có bền không <u>vậy</u>?

3. Những cái phao câu cá này trông đẹp quá! (*Particle used in a comment*)
   These fishing buoys look so pretty!
   Những cái phao câu cá này trông đẹp quá <u>há</u>!

4. Ông, làm thế nào mà thuyền của ông đánh được nhiều tôm như thế? (*Particle indicating respect in addressing a person*)
   Sir, how come your boat team caught so much shrimp?
   <u>Thưa</u> ông, làm thế nào mà thuyền của ông đánh được nhiều tôm như thế?

5. Tôi đã nhờ nhà hàng nướng tôm hùm và ghẹ mới mua từ trên thuyền về. (*Particle indicating help*)
   I have asked the restaurant to help with grilling the lobsters and sentinel crabs bought from the boats.
   Tôi đã nhờ nhà hàng nướng <u>giùm</u> tôm hùm và ghẹ mới mua từ trên thuyền về.

C. Building sentences with particles.

Write sentences in Vietnamese based on the suggestions in English below. Include the particle provided in parentheses in its correct position in each sentence. Use a dictionary if needed.

1. Ma'am, this casting net is made of high-quality monofilament fishing line. (*Thưa*)
Thưa bà, cái lưới bắt cá này được làm bằng dây cước loại tốt.

2. Looking at the sparkling jewelry made from sea materials in the glass cases, we were so impressed by the local handicrafts' talents. (*Thấy*)
Nhìn thấy đồ trang sức lấp lánh làm từ vật liệu dưới biển trong quầy kính, chúng tôi rất thán phục tài năng của những nghệ nhân địa phương.

3. After visiting Da Lat, we will fly to Nha Trang for a week of sunbathing and seafood tasting on the beautiful beach of this city. (*Xuống*)
Sau khi thăm Đà Lạt, chúng tôi sẽ bay xuống Nha Trang để tắm nắng và thưởng thức hải sản trên bờ biển xinh đẹp của thành phố này.

4. The brand-new basket boats were done, ready for their maiden voyage in the sea. (*Xong*)
Những chiếc thuyền thúng mới tinh đã được làm xong, sẵn sàng cho chuyến ra khơi đầu tiên.

5. Does this factory manufacture fishing boats by itself for local use? (*Lấy*)
Xưởng này có sản xuất lấy tàu đánh cá để dùng ở địa phương không?

6. Tropical typhoons in the Central always cause multimillions of dollars in losses to the region's fisheries. (*Mất*)
Bão nhiệt đới ở miền Trung luôn luôn làm cho ngành ngư nghiệp trong vùng thiệt hại mất hàng triệu đô-la.

7. We did stop by the Oceanology Institute for a guided tour of viewing exotic tropical sea creatures. (*Có*)
Chúng tôi có ghé qua Viện Hải Dương Học để được hướng dẫn đi xem một vòng những sinh vật nhiệt đới kỳ lạ ở đại dương.

8. Had you guys called us sooner, we could have gone together to the Department of Oceanology. (*Mà*)
Các bạn mà gọi chúng tôi sớm hơn thì chúng tôi đã cùng đi đến Khoa Hải Dương Học rồi.

9. The sea was so calm this morning, yet they decided not to sail their boat out for fishing. (*Lại*)
Sáng nay biển lặng quá mà họ lại quyết định không cho thuyền ra khơi đánh cá.

10. Will you guys be able to go diving with us for coral reef viewing? (*Được*)
Các anh có thể đi lặn xem san hô với chúng tôi <u>được</u> không?

CHAPTER 10

A. Prepositions and conjunctions

Fill in the blanks in the following dialogue between a reporter (***phóng viên*** – **PV**) and a tour guide (***hướng dẫn viên*** – **HDV**), with the correct prepositions and conjunctions provided in the list below. Use each preposition or conjunction only once. Use a dictionary if needed.

> PREPOSITIONS: **của** *"of"*   **về** *"about"*   **ở** *"in"*   **ngoài** *"besides"*   **cho** *"for"*
> **liên quan đến** *"regarding"*   **ngoại trừ** *"except for"*   **do** *"by"*
> **với** *"with"*   **trên** *"on"*
>
> CONJUNCTIONS: **và** *"and"*   **một khi** *"once"*   **chừng nào mà** *"as long as"*
> **rằng** *"that"*   **bất cứ khi nào** *"whenever"*   **mặc dầu** *"although"*
> **để** *"in order that"*   **vì** *"because"*   **nhưng** *"but"*

PV: Thưa cô, cô có thể giới thiệu một số điểm đặc biệt **về** cao nguyên Đồng Văn không ạ?

HDV: Vâng, cao nguyên này còn gọi là cao nguyên đá **vì** nó có đầy đủ yếu tố **của** địa chất khoáng sản.

PV: Cao nguyên Đồng Văn toạ lạc **ở** tỉnh nào?

HDV: Nhiều người tưởng lầm **rằng** cao nguyên này thuộc về tỉnh Cao Bằng, **nhưng** thật ra nó thuộc về tỉnh Hà Giang.

PV: Những dân tộc thiểu số sinh sống **trên** cao nguyên này gồm những người nào?

HDV: **Ngoài** người Kinh ra, còn có các dân tộc khác như Mông, Lô Lô, Dao, v.v. **Mặc dầu** khác nhau về chủng tộc, mọi người đều sống chung **với** nhau rất vui vẻ **và** hoà thuận.

PV: Còn những vấn đề **liên quan đến** du lịch thì sao ạ?

HDV: **Ngoại trừ** một số vướng mắc về thủ tục nhập cảnh đối với du khách ngoại quốc, ngành du lịch ở đây khá phát triển. **Chừng nào mà** cao nguyên Đồng Văn còn tồn tại, chừng đó dân cư quanh vùng còn được hưởng những lợi lộc **do** du lịch mang lại.

PV: Cám ơn cô đã cho biết nhiều chi tiết thú vị. Tôi tin là ngành du lịch ở đây sẽ được cải thiện nhiều **một khi** những thủ tục nhập cảnh trở nên đơn giản hơn.

HDV: Dạ, không có chi. Sau này, ông có thể liên lạc với chúng tôi **bất cứ khi nào** ông cần thêm tài liệu **để** viết thêm những bài tường trình về du lịch **cho** tạp chí *Người Du Lịch.*

B. Prepositions and conjunctions of time

Việt, leader of a tourist group, jots down in his iPad notes what his group plans to do during their one-week visit in the Central Highlands, starting in the Province of Kontum in the north and ending in the Province of Lam Dong in the southeastern part. Choose the correct *prepositions* or *conjunctions* (singly or from each contrastive pair where applicable) in the list for the blanks in the sentences below. Use each preposition or conjunction only once.

> **vào   khi   trước/trước khi   từ/từ khi   sau/sau khi   trong/trong khi**
> **đến/đến khi**

Thứ Hai **Từ** 10 giờ trở đi: Thăm Nhà Thờ Chánh Toà – Thành phố/Tỉnh Kontum. (*Cathedral Church – Kontum City/Province*)

Thứ Ba Ghé Làng Voi Nhơn Hoà – Thành phố Pleiku/Tỉnh Gia Lai **Sau khi** ăn sáng. (*Nhon Hoa Elephant Village –Pleiku City/ Gia Lai Province*)

Thứ Tư Thăm viếng và chụp ảnh ở Khu Du Lịch Sinh Thái M'Drak – Huyện M'Drak/ Tỉnh Đắk Lắk – **trước khi** rời tỉnh này. (*M'Drak Ecotourism Complex – M'Drak District / Dak Lak Province*)

Thứ Năm Quay phim tại Hang Động Chư Bluk **trong** thời gian ngụ tại khách sạn Robin Gia Nghĩa – Huyện Krông Nô/Tỉnh Đắk Nông. (*Chu Bluk Cave – Krong No District / Dak Nong Province*)

Thứ Sáu Tham dự các buổi thuyết trình về sinh thái tại Vườn Quốc Gia Tà Đùng **vào** buổi chiều – Huyện Đắk Glong/Tỉnh Đắk Nông. (*Ta Dung National Park –Dak Glong District / Dak Nong Province*)

Thứ Bảy Ngoạn cảnh và ăn tối ở Thung Lũng Tình Yêu – Thành phố Đà Lạt/Tỉnh Lâm Đồng **đến khi** khu du lịch đóng cửa. (*Valley of Love – Dalat City / Lam Dong Province*)

Chủ nhật Đi dù lượn ở núi Liangbiang **khi** thời tiết đẹp – Thành phố Đà Lạt/Tỉnh Lâm Đồng. (*Dalat City / Lam Dong Province*)

C. Interjections – Central Highlands' ethnic foods

Complete the following sentences with the correct interjections given in the list below, according to the prompts in parentheses.

> ồ *"oh"* à *"aha"* ôi *"bah"* thôi chết *"oops"* này *"hey"* ấy *"eep"* a *"ah"* chà *"wow"*

1. **Chà**, món bún đỏ Đắk Lắk trông hấp dẫn thật! (*Impressed*)
   [...], the red noodle dish looks really appetizing!

2. **Ồ**, các cô phải ăn món gà nướng bản Đôn chấm với muối ớt mới đúng điệu. (*Enthusiastic*)
   [...], you should appropriately eat the Don village grilled chicken dipping it in spicy salt.

3. **Ấy**, tôi đâu có gọi món canh chua cá lăng này! (*Surprised*)
   [...] I did not order this sour soup with Lang fish!

4. **À**, chúng tôi mong được ăn món gỏi lá này từ lâu lắm rồi! (*Pleasantly surprised*)
   [...], we've been waiting to taste this medley salad for a long time!

5. **Ôi**, món măng nướng xào bò này thì có khác gì như ở Sài Gòn đâu! (*Dismissive*)

6. **Thôi chết**, tôi quên gọi món phở khô Gia Lai cho anh rồi! (*Acknowledging a mistake*)
   [...] I forgot to order a Gia Lai dry noodle bowl for you!

7. **A**, hoá ra heo rẫy nướng cũng gần giống như heo quay há! (*Understanding*)
   [...], turns out that grilled milpa pork is akin to roasted pork, huh.

8. **Này**, cô đã ăn qua món cơm lam bao giờ chưa? (*Calling for attention*)
   [...], have you ever tasted sticky rice in bamboo?

D. Thì, mà or là?

Fill in the blanks in the following sentences with **thì**, **mà** or **là**, according to the suggestions in parentheses.

1. Người Nùng sống ở vùng Tây Bắc **mà** lại nói một thứ tiếng rất gần gũi với tiếng Tráng ở Quảng Tây, Trung Quốc. (*Coordinate conjunction expressing contrast*)
   The Nung people live in the Northwestern region, yet they speak a language very close to the Zhuang language in Guangxi, China.

2. Trang phục của người Dao **thì** sặc sỡ hơn trang phục của người Thái. (*Verb "to be" used with adjective*)
   The Yao people's costumes are more colorful than those of the Tai people.

3. Những ngôi nhà **mà** chỉ có một tầng thường là nhà của người Mông. (*Relative pronoun*)
   The houses that have only one story are usually those of the Hmong people.

4. Nếu các bạn đến vùng Tây Bắc **thì** không nên bỏ qua món canh da trâu đặc biệt ở đây. (*Adverb used in a conditional sentence*)
If you guys come to the Northwestern region, then you should not miss the special buffalo skin soup dish.

5. Vải do người Mường dệt thật **là** tinh xảo! (*Emphatic particle*)
The fabrics woven by the Muong people are really, really exquisite!

6. Chàng rể người Tày **thì** lúc nào cũng được gia đình nhà vợ đặc biệt yêu quý. (*Particle emphasizing a preceding element*)
A Tay son-in-law, his wife's family loves in a special way.

7. Nam nhắc tôi **là** người Pu Péo theo thuyết sinh khí. (*Subordinate conjunction introducing a noun clause*)
Nam reminded me that the Qabiao people practiced animism.

8. Năm nào **mà** người Sán Chỉ không ăn mừng Lễ Hội Lúa Mới! (*Particle used in a rhetorical question*)
In what year would the San Chay people not celebrate the New Rice Festival?

CHAPTER 11

A. Joining independent clauses to form compound sentences

Match each independent clause in Column A with another one in Column B to form correct and logical compound sentences using one of the following coordinate conjunctions: **còn** "and," **nhưng** "but," **mà** "yet," **hay** "or," and **mà cũng không** "nor."

COLUMN A	COLUMN B
Cần Thơ ở giữa đất liền. *Can Tho is landlocked.*	... đáp máy bay từ phi trường Long Xuyên. ... *take a plane from Long Xuyen Airport.*
Hậu Giang chỉ có được một đoạn ngắn của sông Cửu Long. *Hau Giang has only a short section of the Mekong River.*	... chảy qua tỉnh Bạc Liêu. *(it) runs through Bac Lieu Province.*
Tỉnh An Giang giáp với Cam Bốt về phía tây. *An Giang Province borders Cambodia in the west.*	... vẫn có một nền kinh tế khá phát triển. *(it) still has a rather developed economy.*

COLUMN A	COLUMN B
Sông Cửu Long không chảy qua tỉnh Kiên Giang. *The Mekong River does not run through Kien Giang Province.*	... lại có một đoạn rất dài của sông Cửu Long chảy qua. *... does have a very long section of the Mekong River running through it.*
Từ An Giang các bạn có thể đi đường bộ qua Phnom Penh. *You can travel by car from An Giang to Phnom Penh.*	Tỉnh Trà Vinh giáp Biển Đông. *Tra Vinh Province borders the East Sea.*

1. Cần Thơ ở giữa đất liền nhưng lại có một đoạn rất dài của sông Cửu Long chảy qua.

2. Hậu Giang chỉ có được một đoạn ngắn của sông Cửu Long mà vẫn có một nền kinh tế khá phát triển.

3. Tỉnh An Giang giáp với Cam Bốt về phía tây còn tỉnh Trà Vinh giáp Biển Đông.

4. Sông Cửu Long không chảy qua tỉnh Kiên Giang mà cũng không chảy qua tỉnh Bạc Liêu.

5. Từ An Giang các bạn có thể đi đường bộ qua Phnom Penh hay đáp máy bay từ phi trường Long Xuyên.

B. Noun clauses

Match the following noun clauses with their correct main clauses that follow:

- hãy gọi món lẩu mắm miền Tây – *to order a southwestern pickled fish hotpot.*

- ai dám ăn thử món đuông dừa – *who dared try to eat the palm weevil larva dish.*

- rằng món hủ tiếu Sa Đéc ở tiệm này là ngon nhất trong vùng – *that the Sa Dec clear noodle soup is the best in the area.*

- đã ăn món bò Bảy Núi An Giang bao giờ chưa – *whether (she) had ever eaten the Seven-Mountain beef dish.*

- Mùi thơm của món ốc nướng tiêu xanh bốc lên – *the aroma from the snails grilled with green peppercorn was rising.*

- được thưởng thức món cơm cháy kho quẹt lần đầu tiên – *to get to enjoy burned rice dipped in stew sauce for the first time.*

1. Anh Bình hỏi cô Hoa (*Binh asked Miss Hoa*) **đã ăn món bò Bảy Núi An Giang bao giờ chưa.**

2. **Mùi thơm của ốc nướng tiêu xanh bốc lên** khiến ai nấy đều ứa nước miếng (*made*

everyone's mouth water).

3. Chủ quán hỏi chúng tôi (*The restaurant owner asked us*) **ai dám ăn thử món đuông dừa.**

4. Ai cũng thấy thích thú (*Everyone was delighted*) **được thưởng thức món cơm cháy kho quẹt lần đầu tiên.**

5. Các bạn tôi bảo tôi (*My friends told me*) **hãy gọi món lẩu mắm miền Tây.**

6. Ai lại không biết (*Who wouldn't know*) **rằng món hủ tiếu Sa Đéc ở tiệm này là ngon nhất trong vùng.**

C. Adverbial clauses

Fill in the blanks before each adverbial clause in the following sentences with a correct conjunction from the list below. Use each conjunction only once.

> **khi** *"when"*   **đâu** *"where(ever)"*   **như** *"as"*   **vì** *"because"*   **trừ phi** *"unless"*
> **nên** *"so"*   **tuy** *"although"*   **để** *"so that"*   **bằng** *"as much as"*

1. Nông dân miền Tây thu hoạch lúa một mùa **bằng** nông dân miền Trung làm lụng vất vả để có được trong một năm.
   *Southwestern farmers harvest in one crop **as much** rice **as** their Central counterparts work hard for in a year.*

2. **Khi** đến Trà Vinh, chúng tôi thấy nhiều ngôi chùa Miên rải rác khắp thành phố.
   When arriving in Tra Vinh, we saw several Khmer temples scattered around the city.

3. Ở miền Tây, đi đến **đâu** các bạn cũng có thể thấy một ngôi chợ nổi.
   In the Southwest, wherever you go, you can see a floating market.

4. Nhiều người dân miền Tây nói được tiếng Miên **vì** sống chung với người Miên trong cộng đồng.
   *Many southwesterners can speak Khmer **because** they mingle with the Khmer people in communities.*

5. Dân miền Tây theo nhiều tôn giáo như Phật giáo, Cao Đài, Hoà Hảo, Công giáo và Hồi giáo **nên** văn hoá ở đây rất đa dạng.
   *Southwesterners practice several religions such as Buddhism, Caodaism, Hoa Hao Buddhism, Catholicism and Muslim, **so** the culture here is very diverse.*

6. **Trừ phi** bạn là người không thích trái cây, miền Tây là thiên đàng trên hạ giới cho những người mê sầu riêng, xoài, mít, măng cụt và còn nhiều nữa.
   Unless you are no fruit lover, the Southwest is a paradise for those who are sweet on durians, mangoes, jackfruits, mangosteens, and many more.

7. Người buôn bán miền Tây luôn dành cho bạn những món hời **như** họ rất xởi lởi trong cuộc sống hằng ngày.
Southwestern vendors always give you bargains as they are very generous in their daily lives.

8. Bạn nên đến thăm miền Tây một lần **để** nhìn thấy thiên nhiên ưu đãi vùng đất này như thế nào.
You should visit the Southwestern once so that you can see how much Mother Nature favors this land.

9. **Tuy** không cao bằng các ngọn núi khác trong nước, dãy Thất Sơn ở miền Tây được xem như là một kỳ quan của vùng này.
Although not as high as the other mountains in the country, the Seven Mountain range is considered a wonder in this region.

CHAPTER 12

A. Constructions with INDEFINITE EXPRESSIONS + CŨNG

Rewrite the following sentences using the given indefinite expressions given in parentheses to replace the bold-faced elements.

MODEL

a. Gia đình chúng tôi đi tảo mộ ông bà **hằng năm** vào dịp Tết. (*năm nào*)
Our family visits and cleans up our ancestors' graves every year on Tet occasion.

b. **Năm nào** gia đình chúng tôi **cũng** đi tảo mộ ông bà vào dịp Tết.

1. a. Du khách thấy những ngôi chùa cổ kính **khắp nơi** trong vùng này. (*ở đâu*)
   Tourists see ancient temples everywhere in this region.
   b. **Ở đâu** trong vùng này du khách **cũng** thấy những ngôi chùa cổ kính.

2. a. Nhiều người lớn tuổi biến **mọi việc** thành dị đoan. (*cái gì*)
   Many an elderly person turns everything into superstition.
   b. **Cái gì** nhiều người lớn tuổi **cũng** biến thành dị đoan.

3. a. Ngày Tết **mọi người** gác lại những buồn lo trong năm cũ để đón mừng năm mới. (*ai*)
   On New Year's everyone puts aside their worries during the old year to celebrate the new one.
   b. Ngày Tết **ai cũng** gác lại những buồn lo trong năm cũ để đón mừng năm mới.

4. a. Người Việt coi trọng gia đình người chồng hơn gia đình người vợ **trong mọi trường hợp** qua cách dùng chữ "bên nội" và "bên ngoại". (*bao giờ*)
   The Vietnamese hold higher regard for the husband's family than for the wife's family with the use of the terms "internal side" versus "external side".

b. **Bao giờ** người Việt **cũng** coi trọng gia đình người chồng hơn gia đình người vợ qua cách dùng chữ "bên nội" và "bên ngoại".

5. a. Tôi sẽ gởi thiệp chúc Tết cha mẹ tôi **dù rất bận rộn**. (*thế nào*)
    I will send my parents a New Year greeting card although I am very busy.
    b. **Thế nào** tôi **cũng** sẽ gởi thiệp chúc Tết cha mẹ tôi.

6. a. Thương con cái thì các bậc cha mẹ sẵn sàng hy sinh **với bất cứ giá nào**. (*bao nhiêu*)
    Loving their children, parents are ready to sacrifice themselves at all costs.
    b. Thương con cái thì **bao nhiêu** các bậc cha mẹ **cũng** sẵn sàng hy sinh.

7. a. Con cái đã trưởng thành vẫn sống với cha mẹ **trong một thời gian dài** được. (*bao lâu*)
    Grown children can still live with their parents for a long time.
    b. Con cái đã trưởng thành vẫn sống với cha mẹ **bao lâu cũng** được.

8. a. Tôi không ngại con đường đi đến thành công **dù có xa xôi cách mấy**. (*bao xa*)
    I don't mind the road to success no matter how far away it might be.

    b. Con đường đi đến thành công **bao xa** tôi **cũng** không ngại.

B. Correlative conjunctions

Combine the (a) sentences into one in the (b) sentences, using the correlative conjunctions in parentheses. Some words or phrases in the original sentences should be omitted in the combined sentences.

MODEL

a. Phụ nữ Việt Nam đi làm. Họ quán xuyến việc nhà. (*vừa... vừa...*)
    Vietnamese women go to work. They handle household chores.

b. Phụ nữ Việt Nam **vừa** đi làm **vừa** quán xuyến việc nhà.
    Vietnamese women both go to work and handle household chores.

1. a. Nhiều cặp vợ chồng trẻ lo cho con cái. Họ lo cho cha mẹ già. (*không những... mà lại còn...*)
    Many young couples take care of their children. They take care of their aging parents.
    b. Nhiều cặp vợ chồng trẻ **không những** lo cho con cái **mà lại còn** lo cho cha mẹ già.

2. a. Bà Loan coi con rể như con của mình. Bà coi con dâu như con của mình. (*cả... lẫn...*)
    Mrs. Loan treats her son-in-law as her own. She treats her daughter-in-law as her own.
    b. Bà Loan coi **cả** con rể **lẫn** con dâu như con của mình.

3. a. Cách xưng hô của người Việt lịch sự. Cách xưng hô của người Việt lễ phép. (*vừa... vừa...*)
   Vietnamese people's ways of mutual addressing are polite. They are respectful.
   b. Cách xưng hô của người Việt **vừa** lịch sự **vừa** lễ phép.

4. a. Người Việt dùng dương lịch tuỳ theo nhiều sinh hoạt khác nhau hằng ngày. Họ dùng âm lịch tuỳ theo nhiều sinh hoạt khác nhau hằng ngày. (*hoặc là... hoặc là*)
   Vietnamese people use the solar calendar depending on several daily different activities. They use the lunar calendar depending on several different daily activities.
   b. Người Việt dùng **hoặc là** dương lịch **hoặc là** âm lịch tuỳ theo nhiều sinh hoạt khác nhau hằng ngày.

5. a. Vì tin dị đoan, nhiều người không thích màu đen. Họ không thích màu trắng. (*không... mà cũng không*)
   Because of superstition, many people do not like black. They do not like white.
   b. Vì tin dị đoan, nhiều người **không** thích màu đen **mà cũng không** thích màu trắng.

C. Sentence building

Give the Vietnamese equivalents to the sentences below, applying the expressions **càng... càng...**, **càng lúc càng...**, **càng ngày càng...**, **thà... còn hơn** and **nên... thì hơn**, according to the contexts. Use a dictionary if necessary.

1. Since you are the younger, you'd better yield to your big brother in this case.
   Vì nhỏ hơn, con <u>nên</u> nhường nhịn anh con trong trường hợp này <u>thì hơn</u>.

2. Foreign movies overwhelm Vietnamese ones more and more at the box offices.
   Phim ngoại quốc <u>càng ngày càng</u> lấn lướt phim Việt Nam ở các rạp chiếu bóng.

3. The more Facebook contents are censored, the more users want to express their concerns about the society.
   Nội dung của Facebook <u>càng</u> bị kiểm duyệt, người sử dụng <u>càng</u> muốn bày tỏ quan tâm của họ về xã hội.

4. If becoming wealthy goes hand in hand with lacking freedom, I would rather be poor.
   Nếu giàu có mà đi đôi với mất tự do, tôi <u>thà</u> nghèo <u>còn hơn</u>.

5. The atmosphere of the college students' debate on human rights was getting more and more heated.
   Bầu không khí của cuộc tranh luận của các sinh viên về nhân quyền <u>càng lúc càng</u> sôi nổi.

Index of Grammatical Terms

Pronunciation Guide

This guide will show how selected letters and numbers are conventionally used to help English-speaking learners pronounce Vietnamese words, phrases, and sentences in the book.

TONES

Tone mark	Pronunciation	Word example	Pronunciation example
None	1	**la**	*la¹*
´	2	**lá**	*la²*
~	3	**lã**	*la³*
?	4	**lả**	*la⁴*
`	5	**là**	*la⁵*
.	6	**lạ**	*la⁶*

CONSONANTS

Spelling	Pronunciation	Word example	Pronunciation example
b	b	**ba**	*ba¹*
c, k, q	k	**ca, kê, qui**	*ka¹, keh¹, kwi¹*
ch	ch	**cha**	*cha¹*
d, gi	y	**da, gia**	*ya¹*
đ	d	**đa**	*da¹*
g, gh	g	**ga, ghe**	*ga¹, ge¹*
h	h	**ha**	*ha¹*
kh	kh	**kha**	*kha¹*
l	l	**la**	*la¹*
m	m	**ma**	*ma¹*
n	n	**na**	*na¹*
ng, ngh	ng	**nga, nghe**	*nga¹, nge¹*
nh	nh	**nha**	*nha¹*

Spelling	Pronunciation	Word example	Pronunciation example
p	p	**họp**	*hahp[6]*
ph	f	**pha**	*fa[1]*
r	r	**ra**	*ra[1]*
s	sh	**sa**	*sha[1]*
t	t	**ta**	*ta[1]*
th	th	**tha**	*tha[1]*
tr	tr	**tra**	*tra[1]*
v	v	**va**	*va[1]*
x	s	**xa**	*sa[1]*

VOWELS

Spelling	Pronunciation	Word example	Pronunciation example
i, y	*ee*	**ly**	*lee[1]*
ê	*eh*	**lê**	*leh[1]*
e	*e*	**le**	*le[1]*
a	*a*	**la**	*la[1]*
ă	*ă*	**lăn**	*lăn[1]*
â	*u*	**lân**	*lun[1]*
o	*ah*	**lo**	*lah[1]*
ô	*oh*	**lô**	*loh[1]*
ơ	*uh*	**lơ**	*luh[1]*
u	*oo*	**lu**	*loo[1]*
ư	*ŭ*	**lư**	*lŭ[1]*

DIPHTHONGS

Spelling	Pronunciation	Word example	Pronunciation example
ai	*ie*	**cai**	*kie[1]*
ao	*ahw*	**cao**	*kahw[1]*
ay	*ăy*	**cay**	*kăy[1]*
au	*ăw*	**cau**	*kăw[1]*
ây	*ay*	**cây**	*kay[1]*

Spelling	Pronunciation	Word example	Pronunciation example
âu	*ohw*	**câu**	*kohw[1]*
eo	*ew*	**keo**	*kew[1]*
êu	*ehw*	**kêu**	*kehw[1]*
ia	*eeuh*	**kia**	*keeuh[1]*
iê, yê	*yeh*	**kiêng, yên**	*kyehng[1], yehn[1]*
iu	*eew*	**hiu**	*heew[1]*
oi	*oy*	**coi**	*koy[1]*
ôi	*ohy*	**côi**	*kohy[1]*
ơi	*uhy*	**cơi**	*kuhy[1]*
ua	*oouh*	**cua**	*koouh[1]*
oa, ua	*wa*	**loa, qua**	*lwa[1], kwa[1]*
oă, uă	*wă*	**loăn, quăn**	*lwăn[1], kwăn[1]*
uâ	*wu*	**quân**	*kwun[1]*
oe, ue	*we*	**loe, que**	*lwe[1], kwe[1]*
uê	*weh*	**quê**	*kweh[1]*
uy	*wee*	**quy**	*kwee[1]*
ui	*ooy*	**cui**	*kooy[1]*
uô	*woh*	**luôn**	*lwohn[1]*
uơ	*wuh*	**quơ**	*kwuh[1]*
ưa, ươ	*ŭuh*	**cưa, lươn**	*kŭuh[1], lŭuhn[1]*
ưi	*ŭy*	**ngửi**	*ngŭy[4]*
ưu	*ŭw*	**lưu**	*lŭw[1]*

TRIPHTHONGS

Spelling	Pronunciation	Word example	Pronunciation example
yêu, iêu	*yehw*	**tiêu**	*tyehw[1]*
uôi	*wohy*	**xuôi**	*swohy[1]*
ươi	*ŭuhy*	**tươi**	*tŭhuy[1]*
ươu	*ŭuhw*	**hươu**	*hŭuhw[1]*
uya	*weeuh*	**khuya**	*khweeuh[1]*
uyu	*weew*	**khuỷu**	*khweew[4]*
oai, uai	*wahy*	**khoai**	*khwahy[1]*

Spelling	Pronunciation	Word example	Pronunciation example
oay, uay	*wăy*	**quay**	*kwăy[1]*
uây	*way*	**quây**	*kway[1]*
uao	*wahw*	**quào**	*kwahw[5]*
uau	*wăw*	**quạu**	*kwăw[6]*
oeo, ueo	*wew*	**ngoèo**	*ngwew[5]*
uyê	*wyeh*	**quyên**	*kwyehn[1]*

Audio Recordings

Chapter 1: The Vietnamese Alphabet
Cultural topic: *Geography*
- Enumerated examples
- Folk Verses – *Ca Dao*
- Topical Vocabulary

Chapter 2: Pronunciation & Spelling Rules
Cultural topic: *History*
- Enumerated examples
- Proverb – *Tục Ngữ*
- Topical Vocabulary

Chapter 3: Parts of Speech & Sentence
Structure
Cultural topic: *Food Culture*
- Enumerated examples
- Folk Verses – *Ca Dao*
- Topical Vocabulary

Chapter 4: Types of Questions
Cultural topic: *Arts*
- Enumerated examples
- Proverb – *Tục Ngữ*
- Topical Vocabulary

Chapter 5: Nouns & Pronouns
Cultural topic: *Family & Customs*
- Enumerated examples
- Folk Verses – *Ca Dao*
- Topical Vocabulary

Chapter 6: Verbs
Cultural topic: *Clothing Culture*
- Enumerated examples
- Proverb – *Tục Ngữ*
- Topical Vocabulary

Chapter 7: Adjectives
Cultural topic: *Life in the Countryside*
- Enumerated examples
- Proverb – *Tục Ngữ*
- Topical Vocabulary

Chapter 8: Adverbs
Cultural topic: *Life in the City*
- Enumerated examples
- Proverb – *Tục Ngữ*
- Topical Vocabulary

Chapter 9: Particles
Cultural topic: *Life in the Coastal Areas*
- Enumerated examples
- Folk Verses – *Ca Dao*
- Topical Vocabulary

Chapter 10: Other Parts of Speech
Cultural topic: *Life in the Highlands*
- Enumerated examples
- Folk Verses – *Ca Dao*
- Topical Vocabulary

Chapter 11: Types of Clauses
Cultural topic: *Life in the Southwest*
- Enumerated examples
- Folk Verses – *Ca Dao*
- Topical Vocabulary

Chapter 12: Idiomatic Constructions
Cultural topic: *The Vietnamese Way of Life*
- Enumerated examples
- Proverb – *Tục Ngữ*
- Topical Vocabulary

"Books to Span the East and West"

Tuttle Publishing was founded in 1832 in the small New England town of Rutland, Vermont [USA]. Our core values remain as strong today as they were then—to publish best-in-class books which bring people together one page at a time. In 1948, we established a publishing outpost in Japan—and Tuttle is now a leader in publishing English-language books about the arts, languages and cultures of Asia. The world has become a much smaller place today and Asia's economic and cultural influence has grown. Yet the need for meaningful dialogue and information about this diverse region has never been greater. Over the past seven decades, Tuttle has published thousands of books on subjects ranging from martial arts and paper crafts to language learning and literature—and our talented authors, illustrators, designers and photographers have won many prestigious awards. We welcome you to explore the wealth of information available on Asia at **www.tuttlepublishing.com**.

Published by Tuttle Publishing, an imprint of Periplus Editions (HK) Ltd.

www.tuttlepublishing.com

ISBN 978-0-8048-5605-8

Distributed by

North America, Latin America & Europe	Japan	Asia Pacific
Tuttle Publishing	Tuttle Publishing	Berkeley Books Pte. Ltd.
364 Innovation Drive	Yaekari Building, 3rd Floor,	3 Kallang Sector #04-01
North Clarendon,	5-4-12 Osaki	Singapore 349278
VT 05759-9436 U.S.A.	Shinagawa-ku, Tokyo 141 0032	Tel: (65) 6741-2178
Tel: 1 (802) 773-8930	Tel: (81) 3 5437-0171	Fax: (65) 6741-2179
Fax: 1 (802) 773-6993	Fax: (81) 3 5437-0755	inquiries@periplus.com.sg
info@tuttlepublishing.com	sales@tuttle.co.jp	www.tuttlepublishing.com
www.tuttlepublishing.com	www.tuttle.co.jp	

First edition
27 26 25 24 23   10 9 8 7 6 5 4 3 2 1   2310CM
Printed in China